Colloquial

Vietnamese

Colloquial Vietnamese: The Complete Course for Beginners has been carefully developed by an experienced teacher to provide a step-by-step course to Vietnamese as it is written and spoken today.

Combining a clear, practical and accessible style with a methodical and thorough treatment of the language, it equips learners with the essential skills needed to communicate confidently and effectively in Vietnamese in a broad range of situations. No prior knowledge of the language is required.

Colloquial Vietnamese is exceptional; each unit presents a wealth of grammatical points that are reinforced with a wide range of exercises for regular practice. A full answer key, a grammar summary, bilingual glossaries and English translations of dialogues can be found at the back as well as useful vocabulary lists throughout.

Key features include:

- A clear, user-friendly format designed to help learners progressively build up their speaking, listening, reading and writing skills
- Jargon-free, succinct and clearly structured explanations of grammar
- An extensive range of focused and dynamic supportive exercises
- Realistic and entertaining dialogues covering a broad variety of narrative situations
- Helpful cultural points explaining the customs and features of life in Vietnam
- An overview of the sounds of Vietnamese

Balanced, comprehensive and rewarding, *Colloquial Vietnamese* is an indispensable resource both for independent learners and students taking courses in Vietnamese.

Audio material to accompany the course is available to download free in MP3 format from www.routledge.com/cw/colloquials. Recorded by native speakers, the audio material features the dialogues and texts from the book and will help develop your listening and pronunciation skills.

THE COLLOQUIAL SERIES
Series Adviser: Gary King

The following languages are available in the Colloquial series:

Afrikaans	German	Romanian
Albanian	Greek	Russian
Amharic	Gujarati	Scottish Gaelic
Arabic (Levantine)	Hebrew	Serbian
Arabic of Egypt	Hindi	Slovak
Arabic of the Gulf	Hungarian	Slovene
Basque	Icelandic	Somali
Bengali	Indonesian	Spanish
Breton	Irish	Spanish of Latin America
Bulgarian	Italian	Swahili
Burmese	Japanese	Swedish
Cambodian	Kazakh	Tamil
Cantonese	Korean	Thai
Catalan	Latvian	Tibetan
Chinese (Mandarin)	Lithuanian	Turkish
Croatian	Malay	Ukrainian
Czech	Mongolian	Urdu
Danish	Norwegian	Vietnamese
Dutch	Panjabi	Welsh
English	Persian	Yiddish
Estonian	Polish	Yoruba
Finnish	Portuguese	Zulu (forthcoming)
French	Portuguese of Brazil	

COLLOQUIAL 2s series: *The Next Step in Language Learning*

Chinese	German	Russian
Dutch	Italian	Spanish
French	Portuguese of Brazil	Spanish of Latin America

Colloquials are now supported by FREE AUDIO available online. All audio tracks referenced within the text are free to stream or download from www.routledge.com/cw/colloquials. If you experience any difficulties accessing the audio on the companion website, or still wish to purchase a CD, please contact our customer services team through www.routledge.com/info/contact.

Colloquial
Vietnamese

The Complete Course
for Beginners

Bac Hoai Tran, Ha Minh Nguyen,
Tuan Duc Vuong and Que Vuong

 Routledge
Taylor & Francis Group

LONDON AND NEW YORK

Second edition published 2012
by Routledge
2 Park Square, Milton Park, Abingdon, Oxon, OX14 4RN

Simultaneously published in the USA and Canada
by Routledge
711 Third Avenue, New York, NY 10017

Routledge is an imprint of the Taylor & Francis Group, an informa business

© 1994 Tuan Duc Vuong and John Moore
© 2012 Bac Hoai Tran, Ha Minh Nguyen, Tuan Duc Vuong and Que Vuong

First published 1994

British Library Cataloguing in Publication Data
A catalogue record for this book is available from the British Library

Library of Congress Cataloging in Publication Data
Colloquial Vietnamese: the complete course for beginners /   Bac Hoai Tran ...
[et al.]. – 2nd ed.
  p. cm. – (The colloquial series)
  Previous ed. published in 1994 under the title: Colloquial Vietnamese: a complete language course / John Moore and Tuan Duc Vuong. 1. Vietnamese language—Conversation and phrase books—English. 2. Vietnamese language—Spoken Vietnamese. 3. Vietnamese language—Pronunciation. I. Tràn, Hoài Bác, 1954–II. Moore, John, 1941– Colloquial Vietnamese. III. Series: Colloquial series.
  PL4373.M66 2013
  495.9'2282421–dc23   2011026728

ISBN: 978-1-138-95023-8 (pbk)

Typeset in Helvetica, Avant Garde and Vina Sans
by Florence Production Ltd, Stoodleigh, Devon

Contents

Introduction

Vietnam

Vietnam is shaped like an elongated S and stretches the length of the Indochinese Peninsula, bordering the China Sea in the east. It shares borders with China in the north, Laos and Cambodia in the west. It also encompasses a vast sea area including a string of thousands of archipelagoes stretching from the Tonkin Gulf to the Gulf of Thailand. Its coastline is dotted with beautiful beaches and unspoiled resorts. Vietnam has three principal regions, with the central region flanked by two rice-producing areas supplied by the rich alluvial deltas of the Red River in the north and the Mekong in the south. Mountains and forests make up more than three-quarters of Vietnam's total area and there is a multitude of wildlife in the mountains, tropical forests, plains and plateaus.

The population

The present-day population of Vietnam is about 80 million. The origins of the Vietnamese people are mainly in China, the high plateau of central Asia, and islands in the South Pacific. The first natives of Vietnam originated from several ethnic groups. The most important of these were the Lac, specialists in wet rice cultivation and inventors of the bronze drums, who inhabited the Red River Delta and the central regions and the Muong. The ethnic groups which followed in the fifth century BC were the Viet, who came mainly from the coastal and southern provinces of China. The Viet or Kinh form the majority (90 percent) of the population but in all more than 54 ethnic minorities inhabit the mountainous regions which cover almost two-thirds of Vietnam. In the course of its long history Vietnam has been known by many different names; it received its present name in 1945.

The economy

Vietnam is basically an agricultural country and over 80 percent of the population live in rural areas supported by agriculture, forestry and fishing. The principal crops are rice, sugar cane, fruit and vegetables, sweet potatoes and cassava, while the principal livestock are pigs, poultry, buffalo and cattle. Most of the country's resources are found in the north, the most important of which are coal, tin, copper, chromium ore and phosphate. Industry is also mainly concentrated in the north. The main industries are oil, machinery, chemicals, construction materials, paper, food processing and textiles. Vietnam became a member of the World Trade Organization (WTO) in 2007, and it is believed that the country as a whole will benefit economically.

The culture and the people

Vietnam is known as a land of culture and refinement and its people have the reputation of being industrious, graceful, orderly, skillful, adaptable and well educated. One of the most striking characteristics of the Vietnamese is their sense of tradition. The Confucian tradition left the Vietnamese with an acute sense of social relationships and high standards of politeness, and they are willing to help each other. Also originating from Confucianism is the ancestor cult, which is the chief form of religious observance. Most Vietnamese houses have a place set aside in the main living room where the ancestors are venerated. Traditionalism also accounts for the great variety of customs and observances in Vietnam, and is one of the most prominent features of Vietnamese life. Traditionally, there are many anniversaries or festivals which occur at various times during the year. One of the most colorful is the Autumn Festival, when mooncakes are made and the children carry colored lanterns and dragon dances are performed. Then there is the Feast of the Wandering Souls, restless spirits of the dead who have to be hospitably received during their brief return to the world. But the most important celebration in the Vietnamese calendar is the Lunar New Year, which now generally lasts for four days, although in former times it is said to have continued for a month. This is essentially a family celebration, the main feature of which is or should be a gathering of the whole clan at the house of the particular relative whose responsibility and prerogative it is to keep and preserve all ancestral relics. There are numerous other traditional Vietnamese feasts and customs, to which the Vietnamese are greatly attached and which do much to enliven Vietnamese life. Perhaps it is they more than anything which give the poetic quality which is part of the charm of Vietnam.

The Vietnamese language

Vietnamese is a mixture of Austro-Asiatic languages, sharing many similarities with the Mon-Khmer, Thai and Muong languages. Because of the Chinese influence during many centuries of Vietnam's history, the Vietnamese used the Chinese Han language as their official written language. In the spoken language too, there are a lot of words and phrases originating from the Chinese and coexisting with pure Vietnamese words. From the beginning of the twentieth century Vietnam has also incorporated words from some Western languages such as French and English. In addition, Vietnamese is the main language for the whole Vietnamese nation but draws on the other dialects of the minorities in Vietnam. In this way present-day Vietnamese is a blend of several languages, ancient and modern, which has evolved through contact with other races. Although there are some regional forms of Vietnamese (and the accent of the North is different from that of the South) you can use the Vietnamese you learn with anyone from that country and with any of the overseas Vietnamese scattered around the world.

The Vietnamese written language has a different background. Because of thousands of years of Chinese domination and influence, the Vietnamese used Chinese characters known as **chu nho** as their official written language for many centuries. However **chu nho** was not easy to learn and only the Vietnamese scholars could use it, while nearly 99 per cent of the population were illiterate. The Vietnamese scholars realized the need for developing a separate written Vietnamese language. Several tentative attempts were made to modify the original Chinese characters, but only under the rule of King Quang Trung (1776–92) was the classic Chinese Han replaced by **chu nom**, a kind of native adaptation of the Chinese writing system. (**Chu** means word and **nom** means prose which is easy to understand.) But in fact that kind of writing system was very complicated, it never received official recognition and the Vietnamese intellectuals continued to use the Chinese calligraphic script.

The Vietnamese had to wait until 1548 when the new Vietnamese writing system was introduced by the French Jesuit missionary Alexandre de Rhodes. He introduced the first Vietnamese alphabet which was phonetically romanized using the Roman alphabet and was recognized by the Vietnamese as **Quoc ngu**, the national language. Since then **Quoc ngu** has replaced the Chinese calligraphic script officially and has become a compulsory subject in schools. The written form of the language, **Quoc ngu**, is much easier for the Vietnamese themselves to learn. The alphabet does not present too many problems for the foreign learner, either. You will learn the alphabet, as well as the basic vowel and consonant sounds, in the following section.

Syllables

Vietnamese is a monosyllabic language. Each word in Vietnamese consists of only one syllable. There are some polysyllabic words, known as **tu ghep** (compound words), such as **sơ-mi** ("shirt"), **thí dụ** ("for example"), **mục đích** ("objective"), **phương pháp** ("method").

The sounds of Vietnamese

Although all the consonants except one are written the same as in English, their distribution (their occurrence, either at the beginning or at the end in syllables) often differs from English, and their pronunciation differs in subtle but noticeable ways from the pronunciation of their English counterparts. Although some combinations of consonants can be difficult, the fact that a Vietnamese word is always based on only one syllable will help learners say the word easily. For example, in English the word "welcome" consists of two syllables. The Vietnamese equivalent, **hoan nghênh**, is separated into two words, each consisting of one syllable. This makes the task of saying and writing the five consonants in **nghênh** a little easier. The combination of consonants **ng** often comes at the beginning of a word, as in the surname **Nguyễn**, and it is one of the other difficulties (fortunately there are not many) that Vietnamese consonants pose.

The tone system

Vietnamese is a tonal language. The tones are probably the most difficult part of learning Vietnamese. In English we use intonation to signal a question or attitude, for example. But in Vietnamese the tones change the meanings of individual words. You need to allow yourself a generous amount of time for practicing this.

Acronyms and abbreviations

The Vietnamese enjoy using consonants as abbreviations. Abbreviations are often used for company names or for some expressions which are very familiar to people. Some abbreviations are recognized by the Vietnamese officially, for example VN is often used to refer to Vietnam, TQ for China and LHQ for the United Nations.

Learning Vietnamese

We have pointed out in this introduction some of the difficulties in learning Vietnamese. However, as long as you keep up your interest in learning the language these should not prove an obstacle. Interest is in fact the key – the more you can enjoy your study and make it an enjoyable and interesting experience for yourself, the easier you will find it. Set yourself regular targets and challenges and check your progress regularly to keep yourself up to the mark.

You will find plenty of novelties and features of the language to interest you. Many people say, for example, that Vietnamese is a musical language. You will hear this yourself in the use of the tones and rhythm. Vietnamese grammar is very straightforward: there are no declensions or cases or even tenses as are found in European languages. Moreover, the words themselves are simpler than in many other languages. Among the most important features of Vietnamese are the ways of expressing politeness. You will encounter a number of terms to express politeness and show respect. These polite expressions are very difficult to translate into English but you will gradually get a feel for their use. The forms of addressing people in Vietnamese are also an important feature of the language and express the culture of the country. The use of pronouns in Vietnamese is different from many other languages. In a language like English you can use the pronouns "you," "I" and "me" to talk to anyone, but in Vietnamese you have to choose the right pronouns that are suitable for the situation, according to such things as age, social status and how well you know someone. For example: "I" in English can be **tôi**, **ông**, **bà**, **bác**, **chú**, **cô**, **anh**, **chị**, etc. in Vietnamese depending on who you are talking to.

As mentioned above, Vietnamese is a "blended" language which incorporates many words from other languages, especially Chinese, French and English. There are innumerable loan-words from Chinese such as **độc lập** ("independence"), **tự do** ("freedom"), **hạnh phúc** ("happiness"). There are also quite a lot of words which have been borrowed from French such as **ga** ("railway station"), **sơ-mi** ("shirt"), **xà-phòng** ("soap"). More recently a large number of words have arrived from English such as TV, bar and visa. You can say these words with an English pronunciation and the Vietnamese will understand what you are saying.

Students of Vietnamese

This book is designed to be used by people who are studying for the purposes of tourism or business, or out of cultural or linguistic interest. The course book could take the learner from complete beginner to limited proficiency, enough to converse in a range of common situations.

The situations introduced cover:

- Meeting people socially
- Travel and tourism.

Our aim is to help learners to be exposed to up-to-date language used realistically in common situations, to be able to command the basic structures and everyday vocabulary of the language, and to pick up the most useful colloquial expressions in the shortest possible time. We have selected the most useful colloquial language combined with a systematic presentation of grammar and presented them in 14 lesson units which are accompanied by English translations. The pronunciation and the grammar systems should be learned practically by way of everyday vocabulary and dialogues.

This book

The book consists of 14 units, each containing dialogues to present everyday colloquial Vietnamese. Vietnamese grammar is explained step by step and the learner is shown how to use the language in real situations. We have also prepared a number of very practical exercises to give ample practice in writing and speaking. Audio material to accompany the course is available to download free in MP3 format from www.routledge.com/cw/colloquials. Recorded by native speakers, the audio material features the dialogues and texts from the book and will help develop your listening and pronunciation skills.

The authors and acknowledgments

This edition has been written by Bac Hoai Tran, Ha Minh Nguyen, Tuan Duc Vuong, and Que Vuong Crouzier. Bac Hoai Tran teaches Vietnamese at the University of California at Berkeley, USA; Ha Minh Nguyen teaches Vietnamese at the University of Texas, USA; Tuan Duc Vuong; and Que Vuong Crouzier.

The authors would like to thank the publishers, Routledge, and all those who have contributed to improving the book.

Bac Hoai Tran, Ha Minh Nguyen, Tuan Duc Vuong,
and Que Vuong Crouzier
September 2011

Alphabet, tones and sounds

The Vietnamese alphabet (Audio 1; 2)

a	ă	â	b	c	d	đ	e	ê	g	h	i
k	l	m	n	o	ô	ơ	p	q	r	s	t
u	ư	v	x	y							

The tones

Vietnamese has a total of six tones. Each of these tones is represented by a tone mark, save for the mid tone, which goes unmarked. Tone marks should be distinguished from vowel marks, as seen in the following vowels: ă, â, ê, ơ, ô, and ư.

Take ư as an example of how the six tones are presented:

- ư (mid tone, unmarked)
- ứ (highest tone)
- ừ (lower tone)
- ử (low-rising tone)
- ữ (broken, low-rising tone)
- ự (lowest tone)

Below is a brief description of these tones:

1 Mid tone (unmarked): voice is steady and stays pretty high.

   tên   name

2 Highest tone (the acute accent): voice goes up sharply.

   nắng   sunny

3 Lower tone (the grave accent): voice is low and stays low.

    mùa   season

4 Low-rising tone (the question mark without the dot): voice begins low then goes up.

    nhỏ   small

5 Broken, low-rising tone (the tilde): voice starts low and abruptly goes all the way up, resulting in a glottal stop.

    cũng   also

NB In the Southern dialects, this tone sounds the same as the low-rising tone, thus **cũng** sounds like **củng**.

6 Lowest tone (the dot): voice starts low and immediately drops to the lowest pitch.

    đợi   wait

NB In the Southern dialects, this tone is slightly higher and the vowel is shortened less, as compared to the Northern dialects.

It will be extremely helpful for learners to listen to the audio material, which is available to download free from www.routledge.com/cw/colloquials, in order to master the basics of this key aspect of speaking Vietnamese.

The Vietnamese sound system

 1 Vowels (Audio 1; 3–9)

Vowel or combination	Pronunciation	Example
a	as in r<u>a</u>ther	**xa** *far*
ă	a short /a/	**mắt** *eye*
â	as in r<u>u</u>n	**cần** *need*
e	as in b<u>e</u>d	**khen** *praise*
ê	similar to f<u>a</u>te	**mến** *fond of*
i	as in s<u>ea</u>t	**đi** *go*
o	as in fl<u>oo</u>r	**có** *have*
ô	similar to n<u>o</u>	**không** *no*
ơ	as in t<u>e</u>rm	**cờ** *flag*
u	as in sh<u>oo</u>t	**cũ** *old*
ư	similar to <u>u</u>h h<u>u</u>h	**rừng** *forest*
ai	as in t<u>ie</u>	**sai** *wrong*
ao	as in h<u>ow</u>	**cháo** *porridge*
au	a combination of /a/ and /u/	**sáu** *six*
ay	a combination of /ă/ and /i/	**chạy** *run*
âu	similar to sh<u>ow</u>	**đâu** *where*
ây	similar to r<u>ay</u>	**đẩy** *push*
eo	similar to s<u>e</u>ll	**mèo** *cat*
êu	similar to f<u>ai</u>l	**nếu** *if*
ia	as in d<u>ear</u>	**kìa** *there*
iê	close to h<u>ea</u>l	**tiếc** *regret*
iu	as in ph<u>ew</u>	**níu** *tug at*
oa	as in sch<u>wa</u>	**hoa** *flower*
oi	as in t<u>oy</u>	**nói** *speak*
oo	as in thr<u>o</u>ng	**soong** *pan*

Vowel or combination	Pronunciation	Example
ôi	a combination of /ô/ and /i/	**đôi** *pair*
ơi	a combination of /ơ/ and /i/	**đợi** *wait*
ua	as in b<u>oo</u>r	**lụa** *silk*
ui	as in b<u>uoy</u>	**núi** *mountain*
uô	as in sp<u>oo</u>r	**uống** *drink*
uơ	as in t<u>our</u>	**thuở** *time period*
uy	as in tw<u>ee</u>t	**tủy** *marrow*
ưa	a combination of /ư/ and /a/	**trưa** *noon*
ưi	a combination of /ư/ and /i/	**ngửi** *sniff*
iêu	similar to h<u>ea</u>l	**nhiều** *a lot*
oai	as in wh<u>i</u>te	**xoài** *mango*
oay	a combination of /o/, /ă/ and /i/	**loay hoay** *fiddle with*
uôi	a combination of /u/, /ô/ and /i/	**suối** *brook*
ươi	a combination of /ư/, /ơ/ and /i/	**tươi** *fresh*
ươu	a combination of /ư/, /ơ/ and /u/	**hươu** *deer*

2 Consonants (Audio 1; 10–13)

Consonant or combination	Pronunciation	Example
<u>b</u>	softer than /b/ in <u>b</u>eat	**biết** *know*
c	voiced, softer than /k/ in <u>c</u>all	**cờ** *flag*
ch	similar to *ch* in <u>ch</u>ain	**chia** *divide*
d	identical to /z/ in <u>z</u>eal (in South, identical to /y/)	**dày** *thick*
đ	softer than /d/ in <u>d</u>ean	**đu đủ** *papaya*
g*	softer than /g/ in <u>g</u>et	**gà** *chicken*

Consonant or combination	Pronunciation	Example
gh	softer than /g/ in _get_	**ghen** _jealous_
h	identical to /h/ in _how_	**ho** _cough_
k	voiced, softer than /k/ in _call_	**kim** _needle_
kh	close to _ch_ in _Bach_	**khó** _difficult_
l	identical to /l/ in _lend_	**lo** _worry_
m	identical to /m/ in _may_	**máu** _blood_
n	identical to /n/ in _name_	**này** _this_
ng/ngh	close to _ng_ in _longing_	**ngọt** _sweet_
nh	close to _n_ in _lasagna_	**nhanh** _fast_
p	as in _hop_ but unreleased	**pin** _battery_
ph	identical to /f/ in _fame_	**phòng** _room_
q	voiced, very close to /kw/ in _qualm_	**quét** _sweep_
r	very close to /r/ in _red_	**rồi** _already_
s	identical to /s/ in _send_	**sông** _river_
t	voiced, softer than /t/ in _team_	**toán** _math_
th	close to /t/ in _tart_	**thường** _usually_
tr	close to _dge_ in _grudge_	**trống** _vacant_
v	very close to /v/ in _voice_	**vội** _hurry_
x	identical to /s/ in _soul_	**xuống** _down_
y	identical to /i/ in _see_	**ý chí** _willpower_

* In the Northern dialects **gi** is pronounced _zi_ in the question word **gì** and should sound like _z_ in any other word that begins with **gi**, such as **giờ**, **giếng** and **giống**. In the Southern dialects, **gi** should sound like _y_.

Unit One
Xin chào

Hello

By the end of this unit you should be able to:

- Use "chào" to greet someone
- Use the question word "gì" to ask someone's name
- Ask yes–no questions, using "có ... không"
- Recognize and use some common terms of address
- Use "ai" as a question word
- Use "của" to indicate "of" or ownership
- Use "quá" to emphasize a feeling or quality of something

Dialogue 1

(Audio 1; 14)
Hùng gặp Angela trên chuyến bay từ Mỹ đến Việt Nam
Hùng meets Angela on a flight from America to Vietnam

HÙNG:	Chào chị.
ANGELA:	Chào anh. Anh tên là gì?
HÙNG:	Tôi tên là Hùng. Rất vui được gặp chị.
ANGELA:	Tôi tên là Angela. Rất vui được gặp anh.
HÙNG:	*Hello.*
ANGELA:	*Hello. What's your name?*
HÙNG:	*My name's Hung. Very pleased to meet you.*
ANGELA:	*My name's Angela. Very pleased to meet you.*

Vocabulary

gặp	meet	**anh**	you (male peer)
trên	on	**tên**	name
chuyến bay	flight	**là**	be
từ	from	**gì**	what
Mỹ	America	**tôi**	I
đến	to	**rất**	very
Việt Nam	Vietnam	**vui**	happy, pleased
chào	hello	**được**	have the opportunity
chị	you (female peer)		

 Language points

Using "chào" to greet someone

For example:

- *Chào* **chị.**   Hello (to a female peer).
- *Chào* **chị Anna.**   Hello (to a female peer named Anna).
- *Chào* **anh Andrew.**   Hello (to a male peer named Andrew).

NB Chào means both hello and goodbye. It is followed by a name or a term of address or both.

Using the question word "gì" to ask someone's name

For example:

- **Anh tên là *gì*?** What is your name? (*to a male peer*)

- **Tên chị là *gì*?** What is your name? (*to a female peer*)

NB The question word "gì" is always placed at the end of the sentence. Also, "anh tên" and "tên anh" can be used interchangeably, with "anh tên" sounding a little more formal.

Exercise 1

You meet some Vietnamese people on the streets of Hanoi. Tell them that you are:

1 Anna ⟶ **Tôi tên là Anna.**

2 Peter

3 Mary

4 Nicole

5 Tim

Dialogue 2

(Audio 1; 15)
Hùng giới thiệu Angela với Lan
Hùng introduces Angela to Lan

HÙNG:	Xin giới thiệu với chị Angela, đây là Lan.
LAN:	Chào chị Angela. Rất vui được gặp chị.
ANGELA:	Rất vui được gặp chị. Chị có khỏe không?
LAN:	Tôi khỏe. Cám ơn chị. Còn chị?
ANGELA:	Tôi cũng khỏe. Cám ơn chị.
LAN:	Chào chị. Hẹn gặp lại.
ANGELA:	Chào anh chị. Hẹn gặp lại.

HÙNG:	*I would like to introduce (someone) to you, Angela. This is Lan.*
LAN:	*Hello. Very pleased to meet you.*

ANGELA:	*Very pleased to meet you. How are you?*
LAN:	*I'm fine, thank you. And you?*
ANGELA:	*I'm fine too. Thank you.*
LAN:	*Goodbye. See you again.*
ANGELA:	*Bye to you both. See you again.*

Vocabulary

xin	ask, would like	khỏe	fine, well, healthy
giới thiệu	introduce	cám ơn	thank
với	to, with	còn	as for, and
đây	this, here	cũng	also, too
có	yes, have	hẹn	make an
không	no		appointment
có ... không?	yes–no question	lại	again

Language points

Using "xin" to make polite requests

For example:

- *Xin* chị ngồi đây.   Please sit here.

- *Xin* anh chị đứng đây.   Please stand here.

New vocabulary

| ngồi | sit |
| đứng | stand |

Using "có ... không" to ask yes–no questions

For example:

- **Anh** *có* khỏe *không*?   How are you? (Are you well no?)

- **Chị** *có* vui *không*?   Are you happy?

NB **Có** is placed before the verb and **không** at the end of the sentence. In an informal register, **có** is optional.

Using the structure "subject + adjective"

For example:

- **Tôi khoẻ.**   I'm fine.

- **Tôi vui.**   I'm happy.

NB In Vietnamese, the verb "to be" is omitted in this sentence pattern. "Tôi là khỏe" sounds very awkward. Vietnamese adjectives simply function differently from English adjectives. Also, the response to the question **có ... không** can be **có/vâng** (in the positive) or **không** (in the negative).

- **Anh có khoẻ không?**   How are you? (Are you well no?)
  Vâng, tôi khoẻ.   (Yes), I'm fine.

- **Chị có vui không?**   Are you happy? (Are you happy no?)
  Không, tôi không vui.   No, I'm not happy.

Exercise 2

You are at a party. Please go around and meet with three people and

1 greet them.
2 tell them that it's a pleasure to meet them.
3 ask their names.
4 ask them how they are doing.
5 say goodbye to them.

Dialogue 3

(Audio 1; 16)
Angela gặp ông Hoan
Angela meets Mr. Hoan

ANGELA: Chào bác.
HOAN: Chào cháu. Xin lỗi cháu, cháu tên là gì?
ANGELA: Cháu tên là Angela. Cháu rất hân hạnh được gặp bác.
HOAN: Bác tên là Hoan. Bác cũng rất hân hạnh được biết cháu.

ANGELA: *Hello, sir.*
HOAN*:*   *Hello. Excuse me, what's your name?*
ANGELA: *My name is Angela. I'm very honored to meet you.*
HOAN*:*   *My name is Hoan. I'm also very honored to know you.*

ông	Mr., term of address for an older man (literally, grandfather or man of high social status)	cháu	term of address for a younger person (literally, niece or nephew)
bác	term of address for an older man (literally, senior uncle or aunt)	xin lỗi	excuse (me)
		hân hạnh	honored
		biết	know

🔍 Language points

Using "xin lỗi" to politely get someone's attention

For example:

* *Xin lỗi chị, chị tên là gì?*
  Excuse me, what's your name? (to a female peer)

* *Xin lỗi anh, anh tên là gì?*
  Excuse me, what's your name? (to a male peer)

Terms of address (Part 1)

The terms of address in Vietnamese are very complicated and vary from situation to situation, depending on many factors such as age, social status and relationship. Vietnamese people are very friendly. They tend to refer to other people in society as family members by calling them older brother, younger sister, aunt, uncle, etc.

The formal Vietnamese pronouns for "I" and "you" are "tôi" and "anh" (male peer, literally meaning "older brother") or "chị" (female peer, literally meaning "older sister"). More formal terms for "you" that are appropriate for an elderly person or person of high social status are "ông" (male person, literally meaning "grandfather"), "bà" (female person, literally meaning "grandmother") and "bác" (either a male or female person, literally meaning "senior uncle/aunt").

Once you have addressed an older person as "ông" or "bà" or "bác," please note that you should refer to yourself as "cháu" (literally, niece/nephew or grandchild), saving the formal "tôi" for when talking to your peers. However, after you have become well acquainted with a peer, it is friendlier to refer to yourself by using an appropriate family term such as "older brother" or "younger sister," or even by your first name.

In general, you can usually let your Vietnamese acquaintances take the lead in deciding which terms of address you should be using.

Exercise 3

Introduce the following people, using "Đây là ...":

1 a female peer by the name of Thuận ⟶ **Đây là chị Thuận.**
2 an elderly man by the name of Hòa
3 an elderly woman by the name of Bảo
4 a male peer by the name of James

Exercise 4

Ask an acquaintance, using different terms of address, to see whether he/she is:

1 healthy
2 happy

Exercise 5

You meet with a group of Vietnamese people. Say hello to:

1 an elderly man ⟶ **Chào bác.**
2 a peer's aunt
3 a female peer
4 a male peer
5 a friend's uncle

Exercise 6

Fill in the blanks using the words in the box:

gì	*tên*	*chào*	*có*	*không*
cũng	*gặp*	*còn*	*cám ơn*	*vui*

- TIM: Chào chị.
- NICOLE: _____ anh. Anh tên là _____ ?
- TIM: Tôi _____ là Tim. Rất vui được gặp chị.
- NICOLE: Tôi tên là Nicole. Rất _____ được biết anh.
- TIM: Chị _____ khỏe _____ ?
- NICOLE: Tôi khỏe. Cám ơn anh. _____ anh?
- TIM: Tôi _____ khỏe. _____ _____ chị.
- NICOLE: Chào anh. Hẹn gặp lại.
- TIM: Chào chị. Hẹn _____ lại.

Exercise 7

Turn these statements into questions. The first one has been done for you.

1 Tôi tên là Sarah.   (female peer)   ⟶   **Chị tên là gì?**

2 Bác tên là Hoa.   (elderly woman)   _____

3 Tôi tên là Hùng.   (male peer)   _____

4 Tôi khỏe.   (female peer)   _____

5 Tôi cũng khỏe.   (male peer)   _____

Exercise 8

Match each sentence in column A with its logical complement in column B:

                    A   **B**

1 Chào bác.   a Hẹn gặp lại.

2 Xin lỗi cháu, cháu tên là gì?   b Chào chị. Rất vui được gặp
                                       chị.

3 Rất hân hạnh được gặp cháu.   c Cháu cũng rất hân hạnh
                                      được biết bác.

4 Xin giới thiệu với cháu Emily, d Cháu tên là Emily.
   đây là chị Mai.

5 Chị Emily có khỏe không?   e Tôi khỏe. Cám ơn chị.

6 Hẹn gặp lại.   f Chào cháu.

Dialogue 4

(Audio 1; 17)
Angela gặp Hương
Angela meets Hương

ANGELA:	Chào em.
HƯƠNG:	Chào chị.
ANGELA:	Chị tên Angela. Em tên gì?
HƯƠNG:	Dạ, em tên Hương.
ANGELA:	Em khỏe không?
HƯƠNG:	Em hơi mệt. Còn chị?
ANGELA:	Chị khỏe. Cám ơn em.

ANGELA:	*Hello.*
HƯƠNG:	*Hi.*
ANGELA:	*My name's Angela. What's your name?*
HƯƠNG:	*My name's Hương.*
ANGELA:	*How are you?*
HƯƠNG:	*I'm rather tired. And you?*
ANGELA:	*I'm fine. Thank you.*

Họ tiếp tục nói chuyện …
They continue chatting …

HƯƠNG:	Chị đi với ai, chị Angela?
ANGELA:	Chị đi một mình. Còn em?
HƯƠNG:	Em đi với bố mẹ của em.
ANGELA:	Chị buồn ngủ quá. Chị về chỗ của chị đây. Chào em.
HƯƠNG:	Chào chị Angela.

HƯƠNG: *Who are you traveling with, Angela?*
ANGELA: *I'm traveling by myself. And you?*
HƯƠNG: *I'm with my parents.*
ANGELA: *I'm so sleepy. I'll go back to my seat now. Bye.*
HƯƠNG: *Bye, Angela.*

Vocabulary

em	younger sibling, term of address for a person younger than you	**một mình**	by oneself
		bố (N), **ba** (S)	father
dạ	polite particle preceding an utterance	**mẹ** (N), **má** (S)	mother
hơi	rather	**của**	of, belonging to
mệt	tired	**buồn**	sad
họ	they	**buồn ngủ**	sleepy
tiếp tục	continue	**quá**	so
nói chuyện	talk, chat	**về**	go back
đi	go	**chỗ**	seat, place
với	with	**đây**	ending particle, loosely meaning "now"
ai	who		

Language points

Adopting an informal tone

For example:

* **Em tên gì?**
  What's your name? (to someone younger than you)

* **Em tên Hương.**
  My name's Hương.

NB The omission of **là** in both the question and the response indicates that the speakers have chosen to adopt an informal tone for their conversation. The intentional omission of **có** in "Em khỏe không?" is part of this same strategy.

Using "ai" as a question word

For example:

- *Ai* đi với em?
  Who is going with you?

- Em đi với *ai*?
  Who are you going with?

Using (N) and (S) to indicate dialectal variations

As you travel across Vietnam, you should be aware of dialectal variations, which fortunately do not exist in large numbers, especially where the Northern and Southern dialects are concerned. The Central dialects are a different matter and fall outside the scope of this self-study language book. For convenience, (N) stands for the Northern dialects and (S) for the Southern ones.

Using "của" to indicate "of" or ownership

For example:

- Đây là em gái *của* tôi.
  This is my younger sister.

- Đây là em trai *của* tôi.
  This is my younger brother.

- Đây là chỗ *của* tôi.
  This is my seat.

New vocabulary

gái	female (person)
trai	male (person)

Using "quá" to emphasize a feeling or quality of something

For example:

- Tôi vui *quá*!
  I'm so happy!

- Tôi mệt *quá*.
  I'm so tired.

Using "đây" as an ending particle to loosely express "now"

For example:

- **Tôi về *đây*.**
  I'm going home now.

- **Tôi đi *đây*.**
  I'm going/leaving now.

- **Tôi đi ngủ *đây*.**
  I'm going to bed now.

New vocabulary

ngủ	sleep (v.)
đi ngủ	go to bed

Exercise 9

Translate the following conversation into Vietnamese, using an informal tone when talking to this younger person:

YOU: Hello.

THAT PERSON: Hi.

YOU: My name's _____ . What's your name?

THAT PERSON: My name's _____

YOU: How are you?

THAT PERSON: I'm rather tired. And you?

YOU: I'm rather tired too.

Exercise 10

Use some of the words explained in the language points to fill in the blanks. The first one has been done for you.

1 Hương đi với _____ ? ⟶ **ai**

2 Hương đi với bố mẹ _____ Hương.

3 Angela đi với _____ ?

4 Angela buồn ngủ _____, Angela về chỗ _____ Angela.

The Perfume River in Hue

Unit Two
Ở sân bay

At the airport

By the end of this unit you should be able to:

- Use "nào" to express "which" in a question
- Seek confirmation of certain information, using "(có) phải không"
- Talk about future activities, using "sẽ"
- Use "đâu" to ask about a place or location
- Count up to twenty
- Recognize and use some more terms of address
- Talk about colors and various means of transport and/or types of vehicles
- Use "đang" to talk about an activity that is happening now or was happening at a certain time in the past

Dialogue 1

(Audio 1; 22)

Angela nói chuyện với nhân viên hải quan ở sân bay
Angela talks to a customs officer at the airport

NHÂN VIÊN:	Xin chị cho xem hộ chiếu.
ANGELA:	Dạ đây.
NHÂN VIÊN:	Chị tên là gì?
ANGELA:	Tôi tên là Angela.
NHÂN VIÊN:	Chị họ gì?
ANGELA:	Saroyan.
NHÂN VIÊN:	Chị là người nước nào?
ANGELA:	Tôi là người Mỹ.

EMPLOYEE:	*Could I have your passport, please?*
ANGELA:	*Here it is.*
EMPLOYEE:	*What's your name?*
ANGELA:	*My name's Angela.*
EMPLOYEE:	*What's your family name?*
ANGELA:	*Saroyan.*
EMPLOYEE:	*What's your nationality?*
ANGELA:	*I'm American.*

Vocabulary

nhân viên	employee		**hộ chiếu**	passport
hải quan	customs		**họ**	family name
ở	at		**người**	person
sân bay (N), **phi trường** (S)	airport		**nước**	country
			nào	which
cho	let		**Mỹ**	American
xem	see			

Language points

Using "nào" to express "which" in a question

For example:

- **Anh là người nước *nào*?**
  Which country are you from? *(to a male peer)*

- **Bà là người nước *nào*?**
  Which country are you from? *(to an elderly woman)*

Using the structure "noun + adjective"

For example:

• **người Mỹ**	American (person)
• **người Nhật**	Japanese (person)
• **người Việt**	Vietnamese (person)
• **người Anh**	British (person)
• **người Úc**	Australian (person)
• **người Đức**	German (person)
• **người Đài Loan**	Taiwanese (person)
• **người Pháp**	French (person)

New vocabulary

Nhật	Japanese, Japan
Việt	Vietnamese
Anh	British, Britain
Úc	Australian, Australia
Đức	German, Germany
Đài Loan	Taiwanese, Taiwan
Pháp	French, France

Exercise 1

Fill in the blanks of each sentence with a name and a nationality. The first one has been done for you.

1 Anh _____ là người _____ ⟶
   Anh **Peter** là người **Anh**.

2 Chị _____ là người _____
3 Ông _____ là người _____
4 Bà _____ là người _____
5 Bác _____ là người _____

Dialogue 2

(Audio 1; 24)

Angela tiếp tục nói chuyện với nhân viên hải quan
Angela continues talking with the customs officer

NHÂN VIÊN:	Chị đến Việt Nam để làm gì?
ANGELA:	Tôi đi du lịch.
NHÂN VIÊN:	Đây là lần đầu tiên chị đến Việt Nam, có phải không?
ANGELA:	Dạ phải.
NHÂN VIÊN:	Chị sẽ ở đâu?
ANGELA:	Tôi sẽ ở Khách sạn Hòa Bình, số mười chín phố Tràng Tiền.
NHÂN VIÊN:	Chị nói tiếng Việt khá lắm.
ANGELA:	Cám ơn anh.

EMPLOYEE:	*What do you come to Vietnam for?*
ANGELA:	*I'm traveling.*
EMPLOYEE:	*This is your first time in Vietnam, right?*
ANGELA:	*That's right.*
EMPLOYEE:	*Where will you be staying?*
ANGELA:	*I will stay at the Hòa Bình Hotel, 19 Tràng Tiền Street.*
EMPLOYEE:	*You speak Vietnamese very well.*
ANGELA:	*Thank you.*

Vocabulary

đến	come	**đầu tiên**	first
để	in order to	**phải**	right
làm	do	**sẽ**	future tense marker
du lịch	travel (for pleasure)	**ở**	stay at/in; at/in
lần	time	**đâu**	where

khách sạn	hotel		nói	speak
số	number		tiếng	language
mười chín	19		khá	well
phố (N)	street		lắm	very
đường (S)				

 Language points

Using "để làm gì" to find out someone's purpose in doing something

For example:

- Chị học tiếng Việt *để làm gì*?
  What's your purpose in learning Vietnamese?

- Anh đi Sài Gòn *để làm gì*?
  What's your purpose in going to Saigon?

Using "(có) phải không" to seek confirmation of certain information

For example:

- Anh là Peter, *phải không?*
  You're Peter, right?

- Chị tên là Jennifer, *có phải không*?
  Your name's Jennifer, right?

NB If the information is correct, the response to this type of tag question is **phải/vâng**. If the information is incorrect, the response should be **không phải**.

For example:

- Anh là Peter, *phải không?*   You are Peter, right?
  Vâng/Phải, tôi là Peter.   Yes, I'm Peter.

- Anh là Peter, *phải không?*   You are Peter, right?
  Không phải, tôi *không   No, I'm not Peter.
  phải* là Peter.

Using "sẽ" to talk about future activities

For example:

- **Tôi *sẽ* đón chị ở sân bay/phi trường.**
  I will pick you up at the airport.

- **Tôi *sẽ* gặp họ ở khách sạn.**
  I will meet them at the hotel.

New vocabulary

đón	pick up

Using "đâu" to ask about a place or location

For example:

- **Bà muốn đi *đâu*?**   Where do you want to go?
- **Tom muốn ngồi *đâu*?**   Where do you want to sit, Tom?
- **Anh sống ở *đâu*?**   Where do you live (at/in)?
- **Bà làm việc ở *đâu*?**   Where do you work (at/in)?

New vocabulary

muốn	want (v.)
sống	live (v.)
làm việc	work (v.)

Using numbers from 0 to 20

0	không		
1	một	11	mười một
2	hai	12	mười hai
3	ba	13	mười ba
4	bốn	14	mười bốn
5	năm	15	mười **lăm**
6	sáu	16	mười sáu
7	bảy	17	mười bảy
8	tám	18	mười tám
9	chín	19	mười chín
10	**mười**	20	hai **mươi**

NB **Mười** when occurring after another number becomes **mươi**. Thus, twenty is "hai **mươi**," without the tone mark above the vowel **ơ**. Some other examples are "ba **mươi**" (30), "bốn **mươi**" (40), "năm **mươi**" (50). Also, **năm** is changed to **lăm** after **mười**. For example: "mười **lăm**," "hai **mươi lăm**" (25), "ba **mươi lăm**" (35), "bốn **mươi lăm**" (45).

Using "lăm" instead of "rất" to express "very"

For example:

- **Tôi vui *lắm*.**   I'm very happy.
- **Tôi đói *lắm*.**   I'm very hungry.
- **Tôi khát nước *lắm*.** I'm very thirsty.

New vocabulary

đói	hungry
khát	thirsty
nước	water
khát nước	thirsty

NB **Lắm** comes after the adjective or adverb that it modifies, whereas **rất** comes before. Also, **lắm** sounds a little less formal than **rất**.

Exercise 2

You are at customs. Please answer the customs officer's questions:

1 Anh/Chị tên là gì?

2 Anh/Chị họ gì?

3 Anh/Chị là người nước nào?

4 Anh/Chị đến Việt Nam để làm gì?

5 Anh/Chị ở đâu?

Exercise 3

Complete the following answers. The first one has been done for you.

1 Anh tên là John, phải không ?
    Vâng, **tôi tên là John.**

2 Bà là người Việt Nam, phải không ?
   Không phải, _____

3 Đây là lần đầu tiên ông đến Việt Nam, có phải không?
   Không phải, _____

4 Chị sẽ ở Khách sạn Hòa Bình, có phải không ?
   Vâng, _____

Dialogue 3

(Audio 1; 25)

Hùng và Lan nói chuyện với chị Nga, nhân viên hãng hàng không Việt Nam

Hùng and Lan talk with Ms Nga, a Vietnam Airlines employee

NGA:	Chào anh chị.
HÙNG:	Chào chị.
LAN:	Chào chị.
NGA:	Đây là va-li của anh, phải không?
HÙNG:	Dạ, va-li này không phải của tôi. Va-li của tôi màu đen. Kia là va-li của tôi.
LAN:	Tôi không tìm thấy va-li của tôi.
NGA:	Va-li của chị màu gì?
LAN:	Dạ, màu nâu.
NGA:	Va-li đó phải không?
LAN:	Dạ phải. Cám ơn chị rất nhiều.
NGA:	Không có gì.

NGA:	*Hello.*
HÙNG:	*Hi.*
LAN:	*Hi.*
NGA:	*This is your suitcase, right?*
HÙNG:	*No, it isn't. Mine is black. There is my suitcase.*
LAN:	*I can't seem to find my suitcase.*
NGA:	*What color is it?*
LAN:	*Brown.*
NGA:	*That one, right?*
LAN:	*Right. Thanks very much.*
NGA:	*You're welcome.*

và	and	kia	there, that
hãng	agency, company	tìm thấy	find
		nâu	brown
hàng không	airline	đó	there, that
va-li	suitcase	nhiều	much, a lot
này	this	Không có gì (N)/Không có chi (S)	You are welcome
màu	color		
đen	black		

Language points

Using "đây," "kia," "đó," "đấy" to indicate or point out things or people

Đây (here) is used when talking about something or someone close to the speaker.

For example:

- *Đây* là chị Lan.   This is Lan.
- *Đây* là anh Oscar.   This is Oscar.
- *Đây* là bà Woolf.   This is Mrs. Woolf.

Đó/Đấy (there, that) is used when talking about something or someone far from the speaker but close to the listener.

For example:

- *Đó/Đấy* là va-li của tôi.   That is my suitcase.
- *Đó/Đấy* là ông Wilde.   That is Mr. Wilde.
- *Đó/Đấy* là Khách sạn Rex. That is the Rex Hotel.

Kia (there, that) is used when talking about something or someone far from both the speaker and the listener.

For example:

- *Kia* là hành lý của tôi.   That is my luggage.
- *Kia* là nhà của tôi.   That is my house.
- *Kia* là Alice.   That is Alice.

New vocabulary

hành lý	luggage
nhà	house

Some basic colors in Vietnamese

• **trắng**	white
• **đỏ**	red
• **đen**	black
• **nâu**	brown
• **xanh dương/**	blue
da trời/	
nước biển	
• **xanh lá cây**	green
• **vàng**	yellow
• **da cam**	orange
• **xám**	gray

Terms of address (Part 2)

chúng tôi	we (exclude the listener)
chúng ta	we (include the listener)
các ông	you (senior men, grandfathers)
các bà	you (senior women, grandmothers)
các anh	you (male peers, older brothers)
các chị	you (female peers, older sisters)
các cô	you (young ladies, teachers, junior aunts)
các em	you (all of them younger than the speaker)

For example:

• John and Emily are talking to a customs officer:
  "Đây là va-li của **chúng tôi**."
  (This excludes the customs officer. The suitcase belongs to John and Emily.)

• John is talking to Emily:
  "Đây là va-li của **chúng ta**."
  (This includes Emily. The suitcase belongs to both John and Emily.)

- An airport employee is talking to Emily and Mary:
  "Đây là va-li của **các chị**."
  (The suitcase belongs to both Emily and Mary.)

 Exercise 4

Fill in the blanks with appropriate question words. The first one has been done for you.

1 Bà là người nước _____ ? ——→ **nào**

2 Bác tên là _____ ?

3 Ông họ _____ ?

4 Chị sống _____ ?

5 Anh đến Việt Nam để làm _____ ?

6 Va-li của tôi ở _____ ?

7 Nhà của anh chị _____ ?

 Exercise 5

You are at Tan Son Nhat International Airport. Please meet with a customs officer and …

1 Greet him/her.

2 Report that you can't seem to find your luggage.

3 Tell him/her that this is not your suitcase.

4 Tell him/her your suitcase is over there.

5 Thank him/her.

 Exercise 6

Complete the sentences below with *của*. The first one has been done for you.

1 Đây là hộ chiếu _____ (my passport). ——→ **của tôi**

2 Đó là khách sạn _____ (our hotel).

3 Kia là hành lý _____ (Mrs. Hoa's luggage).

4 Đây là va-li _____ (Mr. Hưng and Mrs. Huyền's suitcase).

Exercise 7

Use the suggested words to practice making questions and answering them. The first one has been done for you.

Example: phải không   không phải

> *Question:* Đây là va-li của anh/chị, **phải không**?
>
> *Answer:* **Không phải**, đây không phải là va-li của tôi.

1 phải không   không phải

2 phải không   vâng

3 gì   du lịch

4 nào   người Anh

5 ở đâu   nhà

Exercise 8

Change the following sentences from the singular to the plural using appropriate terms of address:

1 Kia là va-li của tôi.

2 Xin anh cho xem hộ chiếu.

3 Tôi là người Pháp. Các chị cũng là người Pháp.

4 Cám ơn anh chị.

5 Tôi đi du lịch.

6 Bác sống ở đâu?

7 Rất vui được gặp ông bà.

Dialogue 4

(Audio 1; 26)

Hùng và Lan gặp Angela ở ngoài sân bay

Hùng and Lan meet Angela outside the airport

HÙNG:	Chị Angela!
ANGELA:	Chào anh Hùng. Chào chị Lan.
LAN:	Bây giờ chị đi đâu?
ANGELA:	Tôi về Khách sạn Hòa Bình. Còn anh Hùng và chị Lan?

LAN:	Chúng tôi chờ người nhà ra đón. Mời chị đi với chúng tôi.
ANGELA:	Cám ơn chị Lan. Xe tắc-xi đang chờ tôi. Chào anh chị.
HÙNG:	Chào chị Angela.
LAN:	Hẹn gặp lại.

HÙNG:	*Angela!*
ANGELA:	*Hi Hùng. Hi Lan.*
LAN:	*Where are you going?*
ANGELA:	*I'm going to Hòa Bình Hotel. And you?*
LAN:	*We'll wait for a family member to pick us up. Please go with us.*
ANGELA:	*Thank you, Lan. A taxi's waiting for me. Goodbye.*
HÙNG:	*Goodbye, Angela.*
LAN:	*See you again.*

Vocabulary

về	go to (a hotel)	**xe**	vehicle
bây giờ	now	**tắc-xi**	taxi
chờ, đợi	wait	**đang**	time marker, used to describe what is/was happening
người nhà	family member		
ra	go out to		
mời	invite		

Language points

Using "mời" to politely ask someone to do something

For example:

| • *Mời* anh chị ngồi đây. | Please sit here. |
| • *Mời* anh chị uống nước. | Please have some water. |

New vocabulary

| **uống** | drink |

Using "xe" to talk about various means of transport and/or types of vehicles

For example:

* *xe* xích-lô   cyclo, pedicab
* *xe* đạp   bike
* *xe* (gắn) máy   motorbike
* *xe* buýt   bus
* *xe* ô-tô (N), *xe* hơi (S)   car
* *xe* ôm   motorbike taxi
* *xe* cấp cứu (N),   ambulance
  cứu thương (S)

Using "đang" to talk about an activity that is happening now or was happening at a certain time in the past

For example:

* **Họ *đang* đến.**
  They're coming.

* **Angela *đang* nói chuyện với Lan.**
  Angela's talking with Lan.

Exercise 9

Use "mời" and "đang" to fill in the blanks. The first one has been done for you.

1 Lan và Hùng _____ Angela đi với họ. ⟶ **mời**

2 Angela _____ đi tắc-xi về khách sạn.

3 Lan và Hùng _____ chờ người nhà ra đón.

4 Hùng _____ uống nước.

5 _____ anh chị ngồi đây.

6 _____ anh chị uống nước.

Traffic in Saigon

Unit Three
Đến khách sạn

Arriving at the hotel

By the end of this unit you should be able to:

- Use "bao nhiêu" with both countable and uncountable nouns
- Use "mấy" mostly with countable nouns
- Use the prepositions "trong," "trên," "ngoài" and "dưới"
- Count from 20 to 1005
- Talk about the different parts of a day and the different meals
- Use some common time expressions and some more terms of address
- Use "nhưng" to express "but"

Dialogue 1

(Audio 1; 30)

Angela đi xe tắc-xi đến Khách sạn Hòa Bình

Angela takes a taxi to the Hòa Bình Hotel

TÀI XẾ:	Cô muốn đi đâu?
ANGELA:	Khách sạn Hòa Bình, số 19 phố Tràng Tiền.
TÀI XẾ:	Mời cô lên xe.
ANGELA:	Bao nhiêu tiền, anh?
TÀI XẾ:	Mười lăm đô-la.
ANGELA:	Được.
TÀI XẾ:	Cô là người nước nào?
ANGELA:	Tôi là người Mỹ.
TÀI XẾ:	Cô đến Việt Nam để du lịch, phải không?
ANGELA:	Dạ phải.
TÀI XẾ:	Chúng ta đến khách sạn rồi.
ANGELA:	Xin gửi anh hai mươi đô. Cám ơn anh.
TÀI XẾ:	Cám ơn cô rất nhiều.

DRIVER:	*Where do you want to go, young lady?*
ANGELA:	*The Hòa Bình Hotel, 19 Tràng Tiền Street.*
DRIVER:	*Please get in.*
ANGELA:	*How much will it be?*
DRIVER:	*Fifteen dollars.*
ANGELA:	*OK.*
DRIVER:	*What's your nationality?*
ANGELA:	*I'm an American.*
DRIVER:	*You've made this trip to Vietnam for pleasure, right?*
ANGELA:	*Right.*
DRIVER:	*We've arrived at the hotel already.*
ANGELA:	*I'd like to give you twenty dollars. And thank you.*
DRIVER:	*Thanks so much, Miss.*

Vocabulary

tài xế	driver	**đô-la, đô**	dollar
cô	young lady, Miss	**được**	OK
lên	get in	**đến**	arrive at/in
bao nhiêu	how much	**rồi**	already
tiền	money	**gửi** (N), **gởi** (S)	give

Language point

Using "bao nhiêu" with both countable and uncountable nouns

For example:

- **Xe đạp này giá *bao nhiêu*?**
  How much does this bike cost?

- **Khách sạn này có *bao nhiêu* phòng?**
  How many rooms does this hotel have?

- **Ông Tony Blair được *bao nhiêu* tuổi?**
  How old is Mr. Tony Blair?

New vocabulary

giá	price
được	have
tuổi	age

Exercise 1

Complete the following sentences with *xin* or *mời*: The first one has been done for you.

1 _____ anh cho xem hộ chiếu. ⟶ **Xin**

2 _____ giới thiệu với chị Lan, đây là chị Emily.

3 _____ anh chị lên xe.

4 _____ gửi tiền anh.

5 _____ chị uống chè/trà.

6 _____ anh ăn.

New vocabulary

chè (N), **trà** (S)	tea
ăn	eat

Exercise 2

Turn the following answers into questions using *bao nhiêu*:

1 Hằng mười tám tuổi.

2 Chúng ta có mười bốn cái va-li.

3 Khách sạn đó có hai mươi phòng.

Angela thuê một phòng trong khách sạn
Angela gets a room in the hotel

NHÂN VIÊN:	Chào cô.
ANGELA:	Chào anh. Khách sạn còn phòng trống không, anh?
NHÂN VIÊN:	Dạ còn. Cô muốn thuê một phòng đơn hay phòng đôi ạ?
ANGELA:	Anh cho tôi một phòng đơn. Tôi sẽ phải trả bao nhiêu tiền một đêm?
NHÂN VIÊN:	Dạ bay mươi lăm đô. Trong phòng có máy điều hòa, ti-vi, điện thoại, vòi hoa sen nóng, lạnh và bồn tắm.
ANGELA:	Tốt lắm.
NHÂN VIÊN:	Xin cô cho xem hộ chiếu.
ANGELA:	Đây ạ.
NHÂN VIÊN:	Cô sẽ thuê mấy ngày ạ?
ANGELA:	Hai tuần.
NHÂN VIÊN:	Dạ vâng. Phòng của cô ở trên tầng ba, số ba mươi hai.

EMPLOYEE:	*Hello, Miss.*
ANGELA:	*Hi there. Do you have any vacancies in the hotel?*
EMPLOYEE:	*We still have some. Do you want a single or double, Miss?*
ANGELA:	*Please give me a single. How much does it cost a night?*
EMPLOYEE:	*Thirty-five dollars. In the room you will find AC, a television, a phone, hot and cold shower, and a bathtub.*
ANGELA:	*Very good.*
EMPLOYEE:	*Could I see your passport, please?*

ANGELA: *Here you are.*
EMPLOYEE: *How many days will you be staying here, Miss?*
ANGELA: *For two weeks.*
EMPLOYEE: *Right. Your room will be on the third floor, number 32.*

Vocabulary

thuê (N), **mướn** (S)	rent	**ti-vi**, **truyền hình**	television
phòng	room	**điện thoại**	phone
trong	in	**vòi hoa sen**	shower(head)
còn	still have	**nóng**	hot
trống	vacant	**lạnh**	cold
phòng đơn	single room	**bồn tắm**	bathtub
phòng đôi	double room	**tốt**	good
ạ	polite particle, placed at the end of an utterance	**sẽ**	will (time marker for the future)
cho	give	**mấy**	how many
phải	have to, must	**ngày**	day
trả	pay	**tuần**	week
đêm	night	**ở**	be (at a certain location)
máy điều hòa (N), **máy lạnh** (S)	AC unit	**tầng** (N), **lầu** (S)	floor

Language point

Using "mấy" mostly with countable nouns

For example:

- **Anh chị sẽ ở đây *mấy* tháng?**
  How many months will you be staying here?

- **Chị có *mấy* con?**
  How many children do you have?

- **Cháu *mấy* tuổi?**
  How old are you, niece/nephew?

New vocabulary

tháng	month
con	one's child(ren)

NB "Mấy" is usually used instead of "bao nhiêu" when we assume that a very small number, perhaps under ten or twelve, will be found in the response. Thus, we should bear in mind that it will be highly offensive when using "mấy tuổi" to ask how old a grown-up person is.

Using the prepositions "trong" and "trên"

For example:

- **Chúng tôi ở _trong_ phòng.**
  We are inside the room.

- **Tôi ở _trên_ tầng năm.**
  I am on the 5th floor.

Counting from 20 to 1005

21	Hai (mươi) **mốt**		31	Ba (mươi) **mốt**
22	Hai (mươi) hai		32	Ba (mươi) hai
23	Hai (mươi) ba		33	Ba (mươi) ba
24	Hai (mươi) **tư/bốn**		34	Ba (mươi) **tư/bốn**
25	Hai (mươi) **lăm**		35	Ba (mươi) **lăm**
26	Hai (mươi) sáu		36	Ba (mươi) sáu
27	Hai (mươi) bảy		37	Ba (mươi) bảy
28	Hai (mươi) tám		38	Ba (mươi) tám
29	Hai (mươi) chín		39	Ba (mươi) chín
30	Ba **mươi**		40	Bốn **mươi**

100:	một trăm
105:	một trăm **linh/lẻ** năm
1000:	một **nghìn/ngàn**
1005:	một **nghìn/ngàn** không trăm **linh/lẻ** năm

NB Starting from twenty, **một** is changed to **mốt** and **mười** to **mươi**, with **mươi** being optional when occurring in parentheses. With regard to **tư/bốn**, **linh/lẻ**, **nghìn/ngàn**, the first choice of each pair is used in the Northern dialects and the second one in the Southern dialects.

Exercise 3

Answer the following questions, using the information given in the parentheses.

1 Phòng Angela ở đâu? (on the 3rd floor)
2 Thùy Dương gặp Angela ở đâu? (inside the hotel)
3 Hộ chiếu của Angela ở đâu? (inside her suitcase)

Dialogue 3

Angela tiếp tục nói chuyện với nhân viên khách sạn
Angela continues talking with the hotel employee

NHÂN VIÊN: Đây là chìa khóa phòng của cô. Một nhân viên sẽ mang hành lý của cô lên phòng.

ANGELA: Cám ơn anh. À này, khách sạn có nhà hàng không, anh?

NHÂN VIÊN: Dạ không. Cô phải đi ra ngoài. Có một nhà hàng bên cạnh khách sạn. Nhưng chúng tôi có bữa sáng miễn phí.

ANGELA: Phòng ăn ở đâu, anh?

NHÂN VIÊN: Dạ ở tầng một này. Sáng mai mời cô xuống dưới đây ăn sáng.

ANGELA: Cám ơn anh. Thang máy ở đâu, anh?

NHÂN VIÊN: Mời cô đi theo tôi.

EMPLOYEE: *Here is your room key. Another employee will carry your luggage up to your room.*

ANGELA: *Thank you. By the way, is there a restaurant in the hotel?*

EMPLOYEE: *No, Miss. You will have to go outside. There's a restaurant next to the hotel. But we have free breakfasts.*

ANGELA: *Where's the dining room?*

EMPLOYEE: *It's on this first floor. Tomorrow morning, please come down here for breakfast.*

ANGELA: *Thank you. Now, where will I find the elevator?*

EMPLOYEE: *Please follow me, Miss.*

chìa khóa	key	bữa sáng	breakfast
mang	bring, carry	miễn phí	free
lên	up	phòng ăn	dining room
à này	by the way	sáng mai	tomorrow morning
nhà hàng	restaurant	xuống	go down
đi ra	go out	dưới	below
có	there is/are	thang máy	elevator
bên cạnh	next to	đi theo	follow
nhưng	but		

🔍 Language points

Using the prepositions "ngoài" and "dưới"

For example:

- **Xe tắc-xi chờ** *ngoài* **khách sạn.**
  A taxi is waiting outside the hotel.

- **Thùy Dương chờ Angela ở** *dưới*.
  Thùy Dương is waiting for Angela downstairs.

Using "có" to name or list things

For example:

- *Có* **nhiều khách sạn và nhà hàng ở Hội An.**
  There are many hotels and restaurants in Hội An.

- *Có* **nhiều phòng trống trong khách sạn này.**
  There are many vacancies in this hotel.

Talking about the different parts of a day

For example:

- *sáng*   morning (generally, the period from 3 a.m. to 10 a.m.)
- *trưa*   noon (generally, the period from 11 a.m. to 2 p.m.)
- *chiều*   evening (generally, the period from 3 p.m. to 6 p.m.)
- *tối*   night (generally, the period from 7 p.m. to 9 p.m.)
- *đêm*   late at night (generally, the period from 10 p.m. to 2 a.m.)

Talking about the different meals

For example:

- *bữa* sáng   breakfast
- *bữa* trưa   lunch
- *bữa* tối   dinner

Using some common time expressions

For example:

- *sáng mai*   tomorrow morning
- *sáng nay*   this morning
- *trưa nay*   noon today
- *chiều nay*   this evening
- *tối nay*   tonight
- *hôm nay*   today
- *ngày mai*   tomorrow
- *hôm qua*   yesterday

Eating the different meals

For example:

- *ăn sáng*   have breakfast
- *ăn trưa*   have lunch
- *ăn tối*   have dinner

More terms of address (Part 3)

	Singular	Plural
1st person	Tôi	Chúng tôi
		Chúng ta
2nd person	Ông	**Các** ông
	Bà	**Các** bà
	Bác	**Các** bác
	Anh	**Các** anh
	Chị	**Các** chị
	Cô	**Các** cô
	Em	**Các** em
	Cháu	**Các** cháu
3rd person	Ông **ấy**	**Các** ông **ấy**
	Bà **ấy**	**Các** bà **ấy**
	Bác **ấy**	**Các** bác **ấy**
	Anh **ấy**	**Các** anh **ấy**
	Chị **ấy**	**Các** chị **ấy**
	Cô **ấy**	**Các** cô **ấy**
	Em **ấy**	**Các** em **ấy**
	Cháu **ấy**	**Các** cháu **ấy**

NB Ấy is added to turn a second person into a third person, and **các** is a plural marker turning a term of address from the singular into the plural.

 Exercise 4

Choose the best answer:

What do you say when you want to

1 Ask a taxi driver to take you from the airport to the hotel?
   a Tôi muốn đi đến Khách sạn Hòa Bình.
   b Mời các chị đến Khách sạn Hòa Bình.
   c Anh đến Khách sạn Hòa Bình.

2 Thank a taxi driver?

   a Chào anh.

   b Cám ơn anh.

   c Không có gì.

3 Express that you would like to stay at the hotel for two weeks?

   a Tôi sẽ ở đây hai ngày.

   b Tôi sẽ ăn sáng ở khách sạn.

   c Tôi muốn ở khách sạn này hai tuần.

4 Pay the taxi driver?

   a Xin gửi tiền anh.

   b Bao nhiêu tiền?

   c Mấy đô?

Exercise 5

Rewrite the following numbers in digits:

năm	_____	mười	_____
hai (mươi) mốt	_____	hai (mươi) **lăm**	_____
bốn **mươi**	_____	tám **mươi**	_____
một trăm	_____	một trăm **linh/ lẻ** sáu	_____
một nghìn/ngàn	_____	hai nghìn/ngàn **không** trăm **linh/ lẻ** ba	_____

Exercise 6

Complete the following sentences with *chúng tôi* or *chúng ta*:

1 Chị là người Anh. Tôi cũng là người Anh. _____ là người Anh.

2 Các anh chị có muốn ở khách sạn này với _____ không?

3 _____ sẽ ăn tối ở đâu?

4 _____ muốn ở trên tầng 12.

Exercise 7

Change the following sentences from the second person to the third person using appropriate terms of address:

1 Chị tên là gì?
2 Anh là người nước nào?
3 Chị muốn ở trên tầng 3, có phải không?
4 Cô đến Việt Nam để đi du lịch, phải không?
5 Ông sống ở đâu?
6 Cô sẽ ở đây mấy ngày?

Exercise 8

Answer the following questions, using the information given in the parentheses:

1 Phòng đôi giá bao nhiêu tiền một đêm? (80 đô la)
2 Phòng đơn bao nhiêu tiền một đêm? (55 đô la)
3 Cô muốn thuê mấy đêm? (2 đêm)
4 Phòng trên tầng 8 giá bao nhiêu? (64 đô la)

Dialogue 4

Angela vào phòng
Angela enters her room

ANGELA: Phòng này rất đẹp và sạch sẽ nhưng hơi nhỏ.
NHÂN VIÊN: Dạ đây là phòng đơn, thưa cô. Cô muốn để hành lý của
                    cô ở đâu?
ANGELA: Ở đó. Cám ơn anh. Gửi anh ít tiền cà-phê.
NHÂN VIÊN: Cám ơn cô nhiều lắm.
ANGELA: Không có gì.

ANGELA: *This room's quite pretty and clean, but kind of small.*
EMPLOYEE: *This is a single room, Miss. Where would you like me to*
                    put your luggage?

ANGELA: *Over there. Thank you. Here's some money for coffee.*
EMPLOYEE: *Thanks very much.*
ANGELA: *You're welcome.*

Vocabulary

đẹp	beautiful, pretty	**để**	put
sạch sẽ	clean	**ít**	a little
nhỏ	small	**cà-phê**	coffee
thưa	polite particle preceding a term of address		

Language point

Using "nhưng" to express "but"

For example:

*   **Angela vui *nhưng* hơi mệt.**
    Angela is happy but rather tired.

*   **Phòng này lớn *nhưng* hơi tối.**
    This room is large but rather dark.

New vocabulary

lớn	large, big
tối	dark

Exercise 9

Use some words from the vocabulary list to fill in the blanks. The first one has been done for you.

1 Phòng của Angela rất _____ . ⟶ **đẹp**

2 Phòng của Angela cũng rất sạch sẽ _____ hơi nhỏ.

3 Angela gửi nhân viên khách sạn ít tiền _____ .

4 Nhân viên khách sạn _____ Angela.

A makeshift eatery

Unit Four
Gọi điện thoại

Making a phone call

By the end of this unit you should be able to:

- Use "đó/vậy" to soften the tone of a question
- Use "mới" to talk about an activity or event that just happened
- Use "khi nào" to ask when a certain activity or event will take place
- Talk about the days of the week and the months of the year
- Use "lúc mấy giờ" to find out what time some activity happened or will happen
- Tell the time in Vietnamese
- Ask the question "why?" using "vì/tại sao"

Dialogue 1

 (Audio 1; 38)

Angela gọi điện thoại cho Thùy Dương, một người bạn thời đại học

Angela calls Thùy Dương, a friend in college

MẸ THÙY DƯƠNG:	A-lô.
ANGELA:	Dạ, bác cho cháu nói chuyện với Thùy Dương ạ.
MẸ THÙY DƯƠNG:	Xin lỗi, ai ở đầu dây đó?
ANGELA:	Dạ, cháu tên là Angela. Cháu mới ở Mỹ sang.
MẸ THÙY DƯƠNG:	Thế à? Chào cháu Angela. Cháu nói tiếng Việt giỏi quá!
ANGELA:	Cám ơn bác. Thùy Dương có nhà không ạ?
MẸ THÙY DƯƠNG:	Bây giờ Thùy Dương không có nhà. Cháu có muốn nhắn gì không?
ANGELA:	Dạ, có. Xin bác nhắc Thùy Dương gọi điện thoại cho cháu.
MẸ THÙY DƯƠNG:	Số điện thoại của cháu là số mấy?
ANGELA:	Số điện thoại của cháu là 04836559875.
MẸ THÙY DƯƠNG:	Bác sẽ bảo Thùy Dương gọi cho cháu.
ANGELA:	Dạ, cháu cám ơn bác nhiều lắm. Cháu chào bác ạ.
MẸ THÙY DƯƠNG:	Không có gì. Chào cháu.

THÙY DƯƠNG'S MOM:	*Hello?*
ANGELA:	*Could I speak with Thùy Dương, please?*
THÙY DƯƠNG'S MOM:	*I'm sorry, who is this?*
ANGELA:	*My name's Angela. I just came over from America.*
THÙY DƯƠNG'S MOM:	*Really? Hi, Angela. You speak Vietnamese so well.*
ANGELA:	*Thank you. Is Thùy Dương home, by any chance?*
THÙY DƯƠNG'S MOM:	*She's not home at the moment. Do you want to leave a message?*
ANGELA:	*Yes. Please remind her to give me a call.*
THÙY DƯƠNG'S MOM:	*What's your phone number?*
ANGELA:	*It's 04836559875.*

THÙY DƯƠNG'S MOM: *I'll tell her to call you.*
ANGELA: *Yes, and thanks so much. Goodbye.*
THÙY DƯƠNG'S MOM: *You're welcome. Bye.*

Vocabulary

gọi (điện thoại)	call, phone	**thế à (N), vậy hả (S)**	really
bạn	friend	**giỏi**	well
đầu dây	(the other) end of the line	**có (ở) nhà**	at home
đó (N), vậy (S)	ending particle, used to soften the tone of the question	**không có nhà, đi vắng**	not at home
		nhắn	leave a message
		nhắc	remind
sang	come over	**số mấy**	what number
		bảo	tell

Language points

Making a phone call

- Say **A-lô** when you pick up the phone to greet the caller.

- Say **Xin lỗi, ai ở đầu dây đó?** to ask for the caller's identity.

- Say **Cho tôi nói chuyện với** + the name of the person you want to talk to if the phone is answered by someone other than the person you want to speak to.

Using "đó/vậy" to soften the tone of a question

For example:

- **Jenny đang đi đâu *đó/vậy*?**
  Where are you going, Jenny?

- **Ai gõ cửa *đó/vậy*?**
  Who's knocking on the door?

New vocabulary

gõ	knock
cửa	door

Using "mới" to talk about an activity or event that just happened

For example:

* **Tôi *mới* gặp Angela ở khách sạn.**
  I just met Angela at the hotel.

* **Angela *mới* gọi điện thoại cho Thùy Dương.**
  Angela just called Thùy Dương.

Using "gọi điện thoại" idiomatically

For example:

* **Angela muốn gọi điện thoại *cho* Thùy Dương.**
  Angela wants to call Thùy Dương.

* **Thùy Dương muốn gọi điện thoại *đến* khách sạn.**
  Thùy Dương wants to call the hotel.

NB Cho is used when you want to place a call to someone, and **đến** when you phone an office or a hotel. Also, some Vietnamese speakers may say **gọi điện** instead of **gọi điện thoại**.

 Exercise 1

Fill in each blank with a proper word from the word bank. The first one has been done for you.

> mới   nói chuyện   cho   nhắn   đến   quá   ai

1 Thùy Dương gọi điện thoại _____ khách sạn. ⟶ **đến**

2 Một nhân viên khách sạn nói với Thùy Dương: "Cô muốn _____ với _____ ?"

3 Angela _____ đi ra ngoài ăn trưa. Thùy Dương phải _____ cho Angela.

4 Thùy Dương nói với nhân viên khách sạn: "Tôi sẽ gọi _____ cô ấy tối nay."

5 Thùy Dương sẽ gặp Angela và đi du lịch với Angela. Vui _____!

Dialogue 2

(Audio 1; 39)

Thùy Dương gọi điện thoại đến công ty du lịch Xuyên Việt
Thùy Dương calls Xuyên Việt Travel Company

NHÂN VIÊN:	A-lô. Đây là công ty du lịch Xuyên Việt.
THÙY DƯƠNG:	Tôi và một người bạn muốn đi thăm Huế, Đà Lạt, Sài Gòn và Nha Trang.
NHÂN VIÊN:	Xin chị chờ một lát. Vâng, xin chị cho biết quý danh.
THÙY DƯƠNG:	Trần Thị Thùy Dương.
NHÂN VIÊN:	Chị sẽ đi với ai?
THÙY DƯƠNG:	Với một người bạn tên là Angela Saroyan.
NHÂN VIÊN:	Khi nào hai chị muốn đi?
THÙY DƯƠNG:	Thứ hai tuần tới, ngày mười hai tháng này.
NHÂN VIÊN:	Hai chị muốn đi mấy tuần?
THÙY DƯƠNG:	Khoảng ba tuần.
NHÂN VIÊN:	Hai chị muốn chúng tôi đón ở đâu?
THÙY DƯƠNG:	Anh cho xe đến đón chúng tôi ở Khách sạn Hòa Bình, được không?
NHÂN VIÊN:	Dạ được. Hai chị muốn chúng tôi đến lúc mấy giờ sáng thứ hai?
THÙY DƯƠNG:	Khoảng tám giờ rưỡi.

EMPLOYEE:	*Hello. This is Xuyên Việt Travel Company.*
THÙY DƯƠNG:	*A friend and I would like to visit Huế, Đà Lạt, Sài Gòn and Nha Trang.*
EMPLOYEE:	*Please wait a moment. OK, could I have your name, please?*
THÙY DƯƠNG:	*Trần Thị Thùy Dương.*
EMPLOYEE:	*Who will you be traveling with?*
THÙY DƯƠNG:	*A friend named Angela Saroyan.*

EMPLOYEE:	*When do the two of you want to go?*
THÙY DƯƠNG:	*Next Monday, which is the twelfth of this month.*
EMPLOYEE:	*For how many weeks?*
THÙY DƯƠNG:	*About three weeks.*
EMPLOYEE:	*Where do you want to be picked up?*
THÙY DƯƠNG:	*Can you send the car to pick us up at the Hòa Bình Hotel?*
EMPLOYEE:	*Sure. What time on Monday morning should we come?*
THÙY DƯƠNG:	*Around 8:30.*

công ty	company		**thứ hai**	Monday
bạn	friend		**tới, sau**	coming, next
thăm	visit		**khoảng**	about
vịnh	bay		**được**	can, able
lát	moment		**lúc**	at
quý danh	name, formal way of saying "tên"		**giờ**	time, hour
khi nào	when		**rưỡi**	half

🔍 Language points

Using "khi nào" to ask when a certain activity or event will take place

For example:

- *Khi nào anh (sẽ) đến đón tôi?*
  When will you pick me up?

- *Khi nào chị muốn đi ăn với chúng tôi?*
  When do you want to go eat with us?

- *Khi nào anh chị (sẽ) đi thăm Huế?*
  When will you visit Hue?

- *Khi nào chúng ta (sẽ) gặp bác ấy?*
  When will we see him?

NB Sẽ can be omitted and used mostly for emphasis.

Days of the week

thứ hai	Monday
thứ ba	Tuesday
thứ tư	Wednesday
thứ năm	Thursday
thứ sáu	Friday
thứ bảy	Saturday
chủ nhật	Sunday

Months of the year

tháng một/giêng	January
tháng hai	February
tháng ba	March
tháng tư	April
tháng năm	May
tháng sáu	June
tháng bảy	July
tháng tám	August
tháng chín	September
tháng mười	October
tháng mười một	November
tháng mười hai/chạp	December

NB Tháng giêng and **tháng chạp** are used in the lunar calendar.

Using "được" to express the ability to do something

For example:

- **Chúng ta gặp ở khách sạn, *được* không?**
  Can we meet up at the hotel?

- **Tôi không đến thăm anh chị ngày mai *được*.**
  I can't come visit you tomorrow.

- **Chúng ta gặp tuần tới, *được* không?**
  Can we meet next week?

- **Tôi đi Sa Pa với anh chị *được*.**
  I can go to Sapa with you.

NB In order for **được** to mean "able to," it is generally placed at the end of the statement.

Using "lúc mấy giờ" to find out what time some activity happened or will happen

For example:

- **Chúng ta (sẽ) gặp ở khách sạn *lúc mấy giờ*?**
  What time will we meet up at the hotel?

- **Angela đến khách sạn *lúc mấy giờ*?**
  What time did Angela arrive at the hotel?

- **Chúng ta (sẽ) ăn tối *lúc mấy giờ*?**
  What time will we have dinner?

NB Lúc is omitted when the question phrase is placed at the beginning of the sentence. This omission produces a more colloquial tone. Thus, when we want to be less formal, we will say:

- ***Mấy giờ* chúng ta (sẽ) gặp ở khách sạn?**
  What time will we meet up at the hotel?

- ***Mấy giờ* Angela đến khách sạn?**
  What time did Angela arrive at the hotel?

- ***Mấy giờ* chúng ta (sẽ) ăn tối?**
  What time will we have dinner?

Also, since time markers such as **sẽ** are usually omitted in spoken Vietnamese, usually we have to rely on the context of an utterance or a time expression to figure out whether the speaker is talking about a past or future event/activity.

Telling the time in Vietnamese

For example:

- **Bây giờ là mấy giờ?**   What time is it now?
- **Bây giờ là 2 giờ.**   It's 2 o'clock now.
- **Bây giờ là 2 giờ rưỡi.**   It's 2:30 now.
- **Bây giờ là 2 giờ mười tám phút.**   It's 2:18 now.

NB Phút means "minute" and is optional for the number 5 and the multiples of 5. Thus, we can say:

- **2 giờ (lẻ) 5 (phút)**   5 past 2
- **2 giờ 10 (phút)**   10 past 2
- **2 giờ 25 (phút)**   2:25

When it is past 30 minutes, for instance 2:40, many Vietnamese tend to say 3 minus 20, using **kém** (N) or **thiếu** (S). Thus,

- **2 giờ 40 (phút)**   can also be expressed as
                         3 giờ kém/thiếu 20 (phút)

- **2 giờ 47 phút**   can also be expressed as
                       3 giờ kém/thiếu 13 phút

Furthermore, they tend to add the proper part of the day to the time expression, saying:

- **6 giờ** *sáng*   6 (in the morning period)
- **2 giờ** *trưa*   2 (in the noon period)
- **5 giờ** *chiều*   5 (in the evening period)
- **7 giờ** *tối*   7 (at night)
- **11 giờ** *đêm*   11 (in the late night period)

Exercise 2

You want to call a taxi company to ask for a taxi. Complete the short dialogue below:

NHÂN VIÊN: A-lô. Đây là Công ty Mai Linh.
YOU: _____ số 50 Bà Triệu, được không?
NHÂN VIÊN: Mấy giờ anh/chị muốn đón ạ?
YOU: _____

Exercise 3

You call Hoa to invite her out for dinner. Complete the short dialogue below:

MẸ HOA: A-lô.

YOU: Dạ _____ với Hoa ạ.

MẸ HOA: Xin lỗi, ai ở đầu dây đó?

YOU: _____

MẸ HOA: Hoa không có nhà, cháu ạ.

YOU: _____gọi điện cho cháu ở
           số 043655 9874.

MẸ HOA: Được, bác sẽ nói với Hoa.

YOU: _____ .

 Exercise 4

Turn these statements into questions using *khi nào* or *(lúc) mấy giờ*:

1 Thùy Dương gọi điện thoại cho Angela lúc 7 giờ tối.

2 Các anh chị sẽ đến khách sạn lúc 5 giờ chiều.

3 Tuần tới Thùy Dương và Angela sẽ đi thăm Sa Pa.

4 Chúng tôi muốn thuê phòng vào ngày 15 tháng 9.

5 Chúng tôi muốn ăn sáng lúc 9 giờ sáng.

 Exercise 5

Answer the following questions using the information given in the parentheses. The first one has been done for you.

1 Mấy giờ xe tắc-xi (sẽ) đến? (9:00 a.m.) ⟶
   Tắc-xi sẽ đến lúc chín giờ sáng.

2 Mấy giờ Thùy Dương (sẽ) gọi điện thoại cho Angela?
   (7:45 p.m.)

3 Khi nào Angela và Thùy Dương sẽ đi thăm Sa Pa?
   (Monday, July 15)

4 Khi nào Angela và Thùy Dương sẽ đi thăm Vịnh Hạ Long?
   (Wednesday, July 17)

Dialogue 3

(Audio 1; 41)

Thùy Dương gọi điện thoại cho Angela

Thùy Dương calls Angela

ANGELA:	A-lô.
THÙY DƯƠNG:	Angela! Thùy Dương đây!
ANGELA:	Vui quá! Angela đã gọi điện thoại cho Thùy Dương sáng nay nhưng Thùy Dương đi vắng.
THÙY DƯƠNG:	Chắc lúc đó Thùy Dương đang ở sở. Angela có khỏe không?
ANGELA:	Angela còn hơi mệt. Ngồi chờ ở sân bay LAX 3 tiếng, rồi ngồi trên máy bay khoảng 14 tiếng. Tối hôm qua cũng chưa ngủ ngon.
THÙY DƯƠNG:	Vì sao Angela không báo trước để Thùy Dương ra đón ở sân bay?
ANGELA:	Vì Angela muốn làm Thùy Dương ngạc nhiên.
THÙY DƯƠNG:	Chiều nay mình đi ăn nhà hàng, được không?
ANGELA:	Được chứ. Lúc mấy giờ?
THÙY DƯƠNG:	Thùy Dương sẽ đến khách sạn đón Angela lúc 5 giờ chiều nhé.
ANGELA:	Angela sẽ chờ Thùy Dương.

ANGELA:	*Hello?*
THÙY DƯƠNG:	*Angela! This is Thùy Dương!*
ANGELA:	*How glad I am! I called you this morning but you were out.*
THÙY DƯƠNG:	*Perhaps I was at work when you called. How are you?*
ANGELA:	*I'm still a little tired. I had to wait at LAX for 3 hours, and then sit on the plane for about 14 hours straight. Last night, I didn't sleep very well yet.*
THÙY DƯƠNG:	*Why didn't you tell me in advance so that I could pick you up at the airport?*
ANGELA:	*Because I wanted to surprise you.*
THÙY DƯƠNG:	*Let's eat out this evening. Are you up to it?*
ANGELA:	*Sure. What time?*
THÙY DƯƠNG:	*I'll come to the hotel to pick you up at 5, OK?*
ANGELA:	*I'll be waiting for you.*

Vocabulary

đã	time marker for past activities or events, used mostly for emphasis	**ngon**	well
		vì sao, tại sao	why
		báo	tell
đi vắng	out, not at home	**trước**	in advance
chắc	perhaps	**làm**	cause
lúc đó	at that moment	**ngạc nhiên**	surprised
sở, cơ quan	workplace, office	**mình**	intimate "we"
còn	still	**chứ**	emphatic marker
chưa	not yet	**nhé**	OK?

Language points

Using "đã" to emphasize a past action

For example:

• **Hôm qua tôi *đã* đi đến khách sạn.**
Yesterday I did go to the hotel.

• **Sáng nay tôi *đã* gặp cha của Tom.**
This morning I did see Tom's father.

Using "vì/tại sao" to ask the question "why?"

For example:

• *Vì/Tại sao* **Angela sang Việt Nam?**
Why did Angela come to Vietnam?

• *Vì/Tại sao* **Angela học tiếng Việt?**
Why did Angela study Vietnamese?

Using "nhé" to make a suggestion

For example:

• **Chiều nay tôi sẽ gọi điện cho chị *nhé*.**
I'll call you this evening, OK?

- **Tối nay chúng ta đến gặp George và Jane *nhé.***
  We'll go meet George and Jane tonight, OK?

Exercise 6

Select the appropriate word in the parentheses to complete the following sentences:

1 Tháng tới Tùng *(đã, đang, sẽ)* đi Pháp.

2 Hôm nay là thứ ba. Thứ tư tôi *(đã, đang, sẽ)* gặp bạn tôi.

3 Angela *(đã, đang, sẽ)* ở Khách sạn Hòa Bình.

4 Sáng nay Angela *(đã, đang, sẽ)* nói chuyện với mẹ của Thùy Dương.

Exercise 7

Complete the following sentences with appropriate question words:

1 _____ Angela và Thùy Dương đi Sa Pa?
  (– Tuần sau.)

2 _____ gọi điện thoại đến công ty du lịch?
  (– Thùy Dương.)

3 Anh/Chị ăn sáng _____ ?
  (– Lúc 7 giờ.)

4 Angela đi du lịch với _____ ?
  (– Với Thùy Dương.)

Going against the flow

Unit Five
Trên đường phố
On the streets

By the end of this unit you should be able to:

- Learn to say "from ... to"
- Use "mất" to talk about money or time spent on doing something
- Use the question word "bao xa" to ask how far a place might be
- Use the question word "bao lâu" to ask how long an activity went on or will go on
- Use "bằng gì" to ask how someone gets/got to a certain place
- Use "lắm" in questions and negative statements
- Add some information to what you are mentioning, using "ngoài ra"

Dialogue 1

(Audio 1; 45)

Thùy Dương gọi xe tắc-xi
Thùy Dương calls a taxi

THÙY DƯƠNG:	Tắc-xi!
TÀI XẾ:	Chào cô. Cô muốn đi đâu ạ?
THÙY DƯƠNG:	Chào anh. Anh cho tôi đến Khách sạn Hòa Bình.
TÀI XẾ:	Dạ vâng. Mời cô lên xe.
THÙY DƯƠNG:	Từ đây đến đó mất bao nhiêu tiền?
TÀI XẾ:	Dạ, mười đô.
THÙY DƯƠNG:	Đắt quá! Từ đây đến đó chỉ mất khoảng mười lăm phút thôi. Bảy đô, được không?
TÀI XẾ:	Thôi cũng được.

THÙY DƯƠNG:	*Taxi!*
DRIVER:	*Hi. Where do you want to go, Miss?*
THÙY DƯƠNG:	*Hi. Please take me to the Hòa Bình Hotel.*
DRIVER:	*Sure. Please get in.*
THÙY DƯƠNG:	*How much is the ride from here to the hotel?*
DRIVER:	*Ten dollars.*
THÙY DƯƠNG:	*Too expensive! Seven dollars, OK?*
DRIVER:	*OK.*

Vocabulary

mất	cost, take (literally, it means "lose")	**(chỉ) ... thôi**	only
đắt (N), **mắc** (S)	expensive	**thôi cũng được**	OK (reluctantly)

 Language points

Learning to say "from ... to"

For example:

- *từ* Mỹ *đến/sang* Việt Nam   from America to Vietnam
- *từ* Hà Nội *vào* Sài Gòn   from Hanoi to Saigon
- *từ* Sài Gòn *ra* Huế   from Saigon to Hue

NB **Vào** literally means "enter" or "go in/into" and **ra** means "out" or "go out (to)."

Using "mất" to talk about money or time spent on doing something

For example:

- *Mất* bảy trăm đô để bay từ Mỹ sang Việt Nam.
  It costs 700 dollars to fly from America to Vietnam.

- *Mất* một tiếng để bay từ Huế ra Hà Nội.
  It takes an hour to fly from Hue to Hanoi.

NB We can also use a different word order, minus **để**, to express the same idea. Thus, we can say:

- **Bay từ Mỹ sang Việt Nam** *mất* **bảy trăm đô.**
  It costs 700 dollars to fly from America to Vietnam.

- **Bay từ Huế ra Hà Nội** *mất* **một tiếng.**
  It takes an hour to fly from Hue to Hanoi.

 Exercise 1

You want to take a taxi. Please talk with a taxi driver on a street in Vietnam.

TÀI XẾ: Chào anh chị. Anh chị muốn đi đâu ạ?
YOU: _____ . Nhà hàng Đồng Khánh. Từ đây đến đó
            _____ ?

TÀI XẾ: Mười lăm đô-la.
YOU: _____ quá! Từ đây đến đó chỉ _____ khoảng hai
       mươi phút thôi. Mười đô, _____ ?
TÀI XẾ: Vâng, mời anh chị lên xe ạ.

Dialogue 2

(Audio 1; 46)

Angela đi chợ Đồng Xuân
Angela goes to Đồng Xuân Market

ANGELA: Xin lỗi anh. Anh làm ơn chỉ đường cho tôi.
GIANG: Chị muốn đi đâu?
ANGELA: Dạ, chợ Đồng Xuân. Từ đây đến đó thì bao xa, anh?
GIANG: Không xa lắm. Chị đi thẳng đường này, đến ngã tư
       thì rẽ phải, rồi đi tiếp, qua phố Hàng Mã. Chợ Đồng
       Xuân nằm bên trái, đối diện với một nhà hàng.
ANGELA: Đi bộ mất bao lâu, anh?
GIANG: Khoảng mười lăm phút thôi.
ANGELA: Cám ơn anh.
GIANG: Không có gì. Chào chị.

ANGELA: *Excuse me. Could you please give us some*
       directions?
GIANG: *Where do you want to go?*
ANGELA: *Đồng Xuân Market. How far is it from here to the*
       market?
GIANG: *Not very far. Go straight down this street to the*
       intersection, then turn right and keep going, crossing
       Hàng Mã Street. Đồng Xuân Market is on the left,
       opposite a restaurant.
ANGELA: *How long will it take to go on foot?*
GIANG: *About 15 minutes only.*
ANGELA: *Thank you.*
GIANG: *You're welcome. Goodbye.*

Vocabulary

chợ	market	**rồi**	then
làm ơn	do a favor, please	**tiếp**	continue
chỉ đường	give directions (to a place)	**qua**	through, crossing
		nằm	lie, be located
bao xa	how far	**bên**	side
xa	far	**trái**	left
thẳng	straight	**đối diện**	opposite
ngã tư	intersection	**đi bộ**	walk
thì	then	**lâu**	long (in time)
rẽ (N), **quẹo** (S)	turn	**bao lâu**	how long
phải (N), **mặt** (S)	right	**mất bao lâu**	how long does/will it take

Language points

Using the question word "bao xa" to ask how far a place might be

For example:

- **Từ đây đến khách sạn *bao xa*?**
  How far is it from here to the hotel?

- **Từ đây đến nhà hàng *bao xa*?**
  How far is it from here to the restaurant?

- **Từ đây đến sân bay *bao xa*?**
  How far is it from here to the airport?

Using the question word "bao lâu" to ask how long an activity went on or will go on

For example:

- **Angela sẽ ở Việt Nam *bao lâu*?**
  How long will Angela be in Vietnam?

- **Thùy Dương du học ở Mỹ *bao lâu*?**
  How long did Thùy Dương study abroad in America?

Using "mất bao lâu" to ask how long it will take to perform a certain task

For example:

- **Nói tiếng Việt giỏi sẽ *mất bao lâu*?**
  How long will it take to speak Vietnamese well enough?

- **Đi tắc-xi về khách sạn *mất bao lâu*?**
  How long does it take to get to the hotel by taxi?

Exercise 2

Ask for directions to go to the following locations. The first one has been done for you.

1 Khách sạn Hòa Bình ⟶
  Làm ơn cho tôi hỏi khách sạn Hòa Bình ở đâu?

2 Sân bay Nội Bài

3 Nhà hàng Đồng Khánh

4 Chợ Đông Ba

Exercise 3

Ask how long it will take to walk from here to the following locations. The first one has been done for you.

1 Khách sạn Hòa Bình ⟶
  Đi bộ từ đây về Khách sạn Hòa Bình sẽ mất bao lâu?

2 Sân bay Nội Bài

3 Nhà hàng Đồng Khánh

4 Chợ Đông Ba

Exercise 4

Ask how far it is from here to the following locations. The first one has been done for you.

1 Khách sạn Hòa Bình ⟶
  Từ đây đến Khách sạn Hòa Bình thì bao xa?

2 Sân bay Nội Bài

3 Nhà hàng Đồng Khánh

4 Chợ Đông Ba

Dialogue 3

(Audio 1; 48)

Angela hỏi đường đến Chùa Một Cột

Angela asks for directions to the One-Pillar Temple

ANGELA:	Thưa bác, bác cho cháu hỏi chùa Một Cột ở đâu ạ?
BÁC THIỆN:	Cháu đi hết đường này đến đèn xanh đèn đỏ thì rẽ trái. Cháu đi thêm sáu dãy phố nữa rồi rẽ phải. Chùa ở ngay trước mặt.
ANGELA:	Dạ, có xa lắm không, thưa bác?
BÁC THIỆN:	Không xa lắm, nhưng cũng không gần. Bác nghĩ cháu không đi bộ được.
ANGELA:	Cháu nên đi bằng gì ạ?
BÁC THIỆN:	Cháu có thể đi bằng xe xích-lô để ngắm đường phố Hà Nội.
ANGELA:	Cháu đi bằng xe ôm được không ạ?
BÁC THIỆN:	Bác nghĩ đi bằng xe ôm không an toàn lắm.
ANGELA:	Cháu xin cám ơn bác rất nhiều. Chào bác ạ.
BÁC THIỆN:	Không có gì. Chào cháu.
ANGELA:	*Sir, could I ask you where the One-Pillar Temple is?*
BÁC THIỆN:	*Go up this street to the traffic lights, then turn left. Go for six more blocks then turn right. The temple will be right in front of you.*
ANGELA:	*Is it very far from here, Sir?*
BÁC THIỆN:	*Not very far, but it isn't very near either. I think you can't walk there.*
ANGELA:	*How should I go there, then?*
BÁC THIỆN:	*You can take a cyclo to admire the streets of Hanoi.*
ANGELA:	*Can I take a motorbike taxi?*
BÁC THIỆN:	*I think going by motorbike taxi is not very safe.*
ANGELA:	*Thanks very much, Sir. Goodbye.*
BÁC THIỆN:	*You're welcome. Goodbye.*

Vocabulary

hỏi	ask	gần	near
hỏi đường	ask for directions	nghĩ	think
chùa	temple, pagoda	nên	should
cột	pillar	bằng	by
hết	finish	bằng gì	by what
đèn	light, lamp		(means of transport)
đèn xanh	traffic lights	có thể	can
đèn đỏ		ngắm	admire, gaze at
thêm ... nữa	more	an toàn	safe
dãy phố	city block		
ngay trước mặt	right in front		

Language points

Using "bằng gì" to ask how someone gets/ got to a certain place

For example:

- **Angela đến Mỹ *bằng gì*?**
  How did Angela come to America?

- **Thùy Dương (sẽ) đi đến khách sạn *bằng gì*?**
  How will Thùy Dương go to the hotel?

- **Angela (sẽ) đi đến chùa Một Cột *bằng gì*?**
  How will Angela go to the One-Pillar Temple?

Using "lắm" in questions and negative statements

For example:

- **Từ đây đến chùa có xa *lắm* không?**
  Is it very far from here to the temple?

- **Từ đây đến chùa không xa *lắm*.**
  It isn't very far from here to the temple.

NB **Rất** and **lắm** both mean "very," but we learned in Unit 2 that **rất** precedes the adjective or adverb that it modifies, whereas **lắm** comes after. Also, **rất** sounds a little more formal than **lắm**. Now we also need to remember that only **lắm** can be used in questions and negative statements.

Exercise 5

Use both *rất* and *lắm* to answer the following questions in the affirmative, then only *lắm* in the negative. The first one has been done for you.

1 Angela có mệt không?

Angela rất mệt.
Angela mệt lắm.
Angela không mệt lắm.

2 Thùy Dương có vui không?

_____

_____

_____

3 Khách sạn có đắt không?

_____

_____

_____

4 Nhà hàng có xa không?

_____

_____

_____

Exercise 6

Complete the following sentences using *bao lâu* or *bằng gì*. The first one has been done for you.

1 Đi từ Hà Nội vào Huế mất   **bao lâu?**

2 Chúng ta sẽ đi du lịch   _____ ?

3 Đi từ khách sạn đến đây mất _____ ?

4 Hai cháu sẽ ra sân bay _____ ?

5 Bác Thiện đã đi bộ _____ ?

Exercise 7

Choose the best answer:

What do you say when you want to

1 Ask how much the taxi fare is?

    a Từ đây Khách sạn Hòa Bình mất bao nhiêu tiền?

    b Từ đây đến Khách sạn Hòa Bình mất tiền?

    c Từ đây đến Khách sạn Hòa Bình mất bao nhiêu tiền?

2 Ask for directions to Đồng Xuân Market?

    a Chợ Đồng Xuân đi bằng gì ạ?

    b Chợ Đồng Xuân ở đâu ạ?

    c Chợ Đồng Xuân ở đó?

3 Know how far it is from one place to another?

    a Từ đây đến đó bao lâu?

    b Từ đây đến đó bao xa?

    c Từ đây đến đó bao nhiêu?

4 Seek advice about the type of transportation you should take?

    a Nên đi bộ bao xa?

    b Có xa lắm không bác?

    c Cháu nên đi bằng gì ạ?

5 Know how long it will take to go from one place to another?

    a Đi bộ mất bao lâu?

    b Đi bộ mất bao xa?

    c Đi bộ mất bao nhiêu?

Exercise 8

Use the following information to make questions about the means of transportation and then answer them:

1 Angela và Thùy Dương đi vào Huế (máy bay)

2 Angela đi đến chùa Một Cột (xích-lô)

3 Angela đi đến chợ Đồng Xuân (đi bộ)

4 Thùy Dương đi đến khách sạn (tắc-xi)

Dialogue 4

(Audio 1; 50)

Angela về khách sạn và gặp Thùy Dương

Angela goes back to the hotel and meets Thùy Dương.

ANGELA:	Thùy Dương đợi Angela lâu chưa?
THÙY DƯƠNG:	Khoảng mười phút thôi.
ANGELA:	Angela thám hiểm Hà Nội một mình, không sợ.
THÙY DƯƠNG:	Angela gan quá. Angela có lạc đường không?
ANGELA:	Có nhiều người giúp Angela lắm. Ngoài ra, cũng có người muốn tập nói tiếng Anh với Angela. Vui lắm.
THÙY DƯƠNG:	Angela muốn nghỉ một lát không?
ANGELA:	Không. Angela đói rồi. Mình đi nhà hàng nhé.
THÙY DƯƠNG:	Ừ, đi. Và xem đường phố lên đèn.
ANGELA:	Và có hai cô gái vui chơi đến nửa đêm.
THÙY DƯƠNG:	Không. Đến mười một giờ thôi.

ANGELA:	*Did you wait very long for me?*
THÙY DƯƠNG:	*A mere ten minutes.*
ANGELA:	*I explored Hanoi on my own. I wasn't scared.*
THÙY DƯƠNG:	*You were so brave. Did you get lost?*
ANGELA:	*A lot of people offered their help. Also, some wanted to practice speaking English with me. It was fun.*
THÙY DƯƠNG:	*Do you need to rest for a minute?*

ANGELA: *No. I'm hungry already. Let's go to a restaurant.*
THÙY DƯƠNG: *OK. Let's go. And watch the streets light up.*
ANGELA: *And there are these two girls having fun until midnight.*

Vocabulary

thám hiểm	explore	ừ (N), ờ (S)	yes, used among close friends or with people younger than you
sợ	afraid		
gan	brave		
lạc đường	lose one's way		
giúp	help	lên	on, turn on
ngoài ra	besides, also	cô gái	young girls
tập	practice	vui chơi	have fun
tiếng Anh	English	nửa	half
nghỉ	rest	nửa đêm	midnight

THÙY DƯƠNG: *No. Until 11 only.*

Language point

Using "ngoài ra" to add some information to what you are mentioning

For example:

* *Ngoài ra, họ rất tử tế.*
  In addition, they are very kind.

* *Ngoài ra, họ rất hiếu khách.*
  In addition, they are very hospitable.

New vocabulary

tử tế	kind
hiếu khách	hospitable

Exercise 9

Use some of the words from the vocabulary list to fill in the blanks.
The first one has been done for you.

1 Angela _____ Hà Nội một mình. ⟶ **thám hiểm**

2 Có nhiều người _____ Angela và cũng có người
   muốn _____ nói tiếng Anh với Angela.

3 Angela về khách sạn và gặp Thùy Dương để đi nhà hàng. Họ sẽ
   _____ đến 10 giờ _____ .

Cyclo drivers and foreign tourists

Unit Six
Trong nhà hàng
In a restaurant

By the end of this unit you should be able to:

- Use "nghe nói" to talk about some information picked up by word of mouth
- Use "đã ... chưa" to ask whether someone has ever done something
- Use "thế nào" to ask about the quality of something or the character of someone
- Use "... đi" to make a suggestion or to give an order
- Use "để" to make a suggestion
- Express the conditional, using "nếu ... thì"
- Use "đừng" to tell someone not to do something

Dialogue 1

(Audio 1; 53)
Angela và Thùy Dương vào nhà hàng
Angela and Thùy Dương go into a restaurant

NGƯỜI PHỤC VỤ:	Chào hai cô. Mời hai cô vào.
THÙY DƯƠNG:	Chào chú. Chú cho một bàn hai người ở gần cửa sổ nhé.
NGƯỜI PHỤC VỤ:	Vâng. Mời hai cô đi theo tôi. Mời hai cô ngồi đây.
ANGELA:	Cám ơn chú. Chú làm ơn cho xem thực đơn.
NGƯỜI PHỤC VỤ:	Thực đơn đây, thưa hai cô.
THÙY DƯƠNG:	Cám ơn chú. Chú cho tụi cháu vài phút.
NGƯỜI PHỤC VỤ:	Vâng.

WAITER:	*Hello, young ladies. Please come in.*
THÙY DƯƠNG:	*Hello. Could we have a table for two by the window?*
WAITER:	*Sure. Please follow me. Please sit down.*
ANGELA:	*Thanks. Could we have the menu, please?*
WAITER:	*Here you are.*
THÙY DƯƠNG:	*Thanks. Could we have a few minutes?*
WAITER:	*OK.*

Angela và Thùy Dương chọn món ăn
Angela and Thùy Dương choose their dishes

THÙY DƯƠNG:	Angela muốn ăn gì?
ANGELA:	Angela đói và khát lắm. Angela sẽ gọi cá hấp, canh chua và cơm.
THÙY DƯƠNG:	Thùy Dương nghe nói phở ở nhà hàng này rất ngon. Thùy Dương sẽ thử phở bò.
ANGELA:	Vậy mình gọi nhé. Chú ơi!

THÙY DƯƠNG:	*What would you like to eat?*
ANGELA:	*I'm famished. I'll order steamed fish, sour soup and steamed rice.*
THÙY DƯƠNG:	*I hear that pho in this restaurant is quite delicious. I will try pho with beef.*
ANGELA:	*So let's order, OK? Waiter!*

Angela và Thùy Dương gọi món ăn
Angela and Thùy Dương order their dishes

NGƯỜI PHỤC VỤ:	Hai cô đã sẵn sàng gọi các món ăn chưa?
ANGELA:	Rồi ạ. Chú cho cháu cá hấp, canh chua và cơm.
THÙY DƯƠNG:	Chú cho cháu phở bò.
NGƯỜI PHỤC VỤ:	Hai cô uống gì không?
ANGELA:	Chú cho cháu một cốc nước cam không đường.
THÙY DƯƠNG:	Chú cho cháu một lon cô-ca.
NGƯỜI PHỤC VỤ:	Vâng. Xin hai cô đợi một chút.

WAITER:	*Are you ready to order your dishes yet?*
ANGELA:	*Yes. I'd like steamed fish, sour soup and rice.*
THÙY DƯƠNG:	*I'd like pho with beef.*
WAITER:	*What would you like to drink?*
ANGELA:	*I'd like an orange juice, with no sugar added to it.*
THÙY DƯƠNG:	*I'd like a Coke, please.*
WAITER:	*OK. Please wait a little while.*

Vocabulary

người	waiter		**cơm**	steamed rice
phục vụ			**nghe nói**	hear
chú	junior uncle, used when addressing someone younger than your parents		**phở**	pho
			ngon	delicious
			thử	try
bàn	table		**bò**	beef
cửa sổ	window		**vậy**	so, in that case
thực đơn	menu		**ơi**	word used to catch someone's attention
tụi (cháu)	informal we/us			
vài	a few		**sẵn sàng**	ready
chọn	choose		**cốc** (N), **ly** (S)	glass
món ăn	dish		**cam**	orange
gọi	order		**nước cam**	orange juice
cá	fish		**đường**	sugar
hấp	steam		**lon**	can
canh	soup		**cô-ca**	Coke
chua	sour		**một chút**	a little while

🔍 Language points

Using "nghe nói" to talk about some information picked up by word of mouth

For example:

* Tôi *nghe nói* chùa Một Cột rất đẹp.
  I hear that the One-Pillar Temple is very beautiful.

* Tôi *nghe nói* nhà hàng này rất rẻ.
  I'm told that this restaurant's very cheap.

New vocabulary

   rẻ   cheap

Using "ơi" to catch someone's attention

For example:

* **Cô** *ơi* !   Young lady!
* **Bà** *ơi* !   Ma'am!

Using "đã ... chưa" to ask whether someone has ever done something

For example:

* **Anh/Chị** *đã* **đi thăm Nha Trang** *chưa*?
  Have you visited Nha Trang yet?

* **Anh/Chị** *đã* **thử món ăn này** *chưa*?
  Have you tried this dish yet?

NB When answering in the affirmative, we say **rồi**, which means "already"; and when answering in the negative, we say **chưa**, which means "not yet." Thus, the possible responses to the above questions are:

* **Anh/Chị** *đã* **đi thăm Nha Trang** *chưa*?
  Have you visited Nha Trang yet?

Rồi, tôi đã đi thăm Nha Trang **rồi**.
Yes, I have visited Nha Trang.

• **Anh/Chị** *đã* **thử món (ăn) này** *chưa*?
Have you tried this dish yet?

Chưa, tôi **chưa** thử món (ăn) này.
No, I haven't tried it yet.

In addition, in informal Vietnamese, **đã** can be obmitted.

Exercise 1

Translate the following sentences into Vietnamese, using "nghe nói."
The first one has been done for you.

1 I hear that this hotel has twenty floors.

   Tôi nghe nói khách sạn này có hai mươi tầng.

2 I hear that this hotel has two hundred rooms.

3 I hear that Angela speaks Vietnamese very well.

4 I hear that Angela met Thùy Dương in America.

Exercise 2

Practice "đã ... chưa" by using the suggested words in the two columns
below to ask and answer the questions in both the affirmative and the
negative. The first one has been done for you.

1 **Anh đã xem thực đơn chưa?**
   Rồi, tôi (đã) xem (thực đơn) rồi.
   Chưa, tôi chưa xem (thực đơn).

1	Anh	xem thực đơn
2	Chị	ăn sáng
3	Angela	uống nước cam
4	Thùy Dương	thử phở bò
5	Angela	đi thăm chùa Một Cột
6	Thùy Dương	ăn ở nhà hàng này

Exercise 3

What do you say to a waiter of your age when you want to order:

1 an orange juice?

 Anh/Chị cho tôi một cốc/ly nước cam.

2 steamed fish, sour soup and rice?

 _____

3 pho with beef?

 _____

4 a Coke?

 _____

Dialogue 2

(Audio 1; 54)

Angela và Thùy Dương nói chuyện về các món ăn

Angela and Thùy Dương talk about their food

THÙY DƯƠNG:	Các món của Angela thế nào?
ANGELA:	Ngon lắm, nhưng canh chua hơi mặn. Còn phở của Thùy Dương?
THÙY DƯƠNG:	Ngon. Angela muốn ăn tráng miệng không?
ANGELA:	Không. Angela no lắm rồi.
THÙY DƯƠNG:	Thùy Dương nghe nói ở đây có chè đỗ đen ngon lắm.
ANGELA:	Ăn một bát đi.
THÙY DƯƠNG:	Mình ăn chung nhé.
ANGELA:	Được.

THÙY DƯƠNG:	_How were your dishes?_
ANGELA:	_Quite delicious, but the sour soup was kind of salty. What about your pho?_
THÙY DƯƠNG:	_Good. Would you like a dessert?_
ANGELA:	_No, I'm quite full already._
THÙY DƯƠNG:	_I'm told this restaurant has a really tasty dish of sweet black beans for dessert._

ANGELA:	Go ahead and have a bowl of it.
THÙY DƯƠNG:	Let's share it, OK?
ANGELA:	OK.

Thùy Dương gọi món tráng miệng
Thùy Dương orders a dessert

THÙY DƯƠNG:	Chú ơi!
NGƯỜI PHỤC VỤ:	Hai cô muốn ăn tráng miệng, phải không ạ?
THÙY DƯƠNG:	Dạ, chú cho tụi cháu một bát chè đỗ đen.
NGƯỜI PHỤC VỤ:	Một bát cho hai người? Tại sao? Bát nhỏ lắm.
ANGELA:	Vì tụi cháu no rồi.
THÙY DƯƠNG:	Chú cho tụi cháu hóa đơn tính tiền luôn thể.

THÙY DƯƠNG:	Waiter!
WAITER:	You two want some dessert, right?
THÙY DƯƠNG:	Right. Could we have a bowl of sweet black beans, please?
WAITER:	One bowl for both of you? Why? It's a very small bowl.
ANGELA:	Because we're full already.
THÙY DƯƠNG:	Also, could we have the check, please?

Angela và Thùy Dương muốn trả tiền hóa đơn
Angela and Thùy Dương want to pay the check

NGƯỜI PHỤC VỤ:	Chè và hóa đơn tính tiền đây.
ANGELA:	Tất cả bao nhiêu tiền, Thùy Dương?
THÙY DƯƠNG:	Hai mươi lăm đô. Để Thùy Dương trả.
ANGELA:	Không. Để Angela trả.
THÙY DƯƠNG:	Không. Angela là khách. Xin gửi tiền chú.
NGƯỜI PHỤC VỤ:	Cám ơn hai cô rất nhiều.
ANGELA:	Vậy lần tới Angela sẽ trả nhé.
THÙY DƯƠNG:	Được.

WAITER:	Here's your sweet dessert, and here's the check.
ANGELA:	How much is the total, Thùy Dương?
THÙY DƯƠNG:	Twenty-five dollars. Let me pay.
ANGELA:	No. Let me pay.

THÙY DƯƠNG:	*No. You're my guest. Here's the money.*
WAITER:	*Thank you both very much.*
ANGELA:	*So next time I'll pay, OK?*
THÙY DƯƠNG:	*OK.*

Vocabulary

thế nào	how	**chung**	shared
mặn	salty	**cho**	for
món tráng miệng	dessert	**vì**	because
		hóa đơn	check
no	full	**tính**	calculate
chè	sweet dessert	**luôn thể**	also
đỗ (N), **đậu** (S)	bean	**tất cả**	total, all
bát (N), **chén** (S)	bowl	**để**	let
… đi	used to make a suggestion	**khách**	guest
		lần tới	next time

Language points

Using "thế nào" to ask about the quality of something or the character of someone

For example:

- **Đường phố Hà Nội** *thế nào*?
  How are Hanoi's streets?

- **Khách sạn Hòa Bình** *thế nào*?
  How is the Hòa Bình Hotel?

- **Cha mẹ của Thùy Dương** *thế nào*?
  How are Thùy Dương's parents?

New vocabulary

cha	father (formal)

Using "... đi" to make a suggestion or to give an order

For example:

- **Chúng ta chờ họ ở đây *đi*.**
  Let's wait for them here.

- **Mình ăn tối ở nhà hàng này *đi*.**
  Let's have dinner in this restaurant.

- **Ngồi xuống *đi*, Thùy Dương.**
  Sit down, Thùy Dương.

- **Con đi ngủ *đi*.**
  Go to bed, child.

Using "để" to make a suggestion

For example:

- ***Để* tôi nói chuyện với họ.**
  Let me talk to them.

- ***Để* Thùy Dương đến đón Angela ở khách sạn.**
  Let Thùy Dương pick Angela up at the hotel.

Exercise 4

Answer the following questions using the information in the parentheses. The first one has been done for you.

1 Đường phố Hà Nội thế nào? (nhỏ lắm) ⟶
   Đường phố Hà Nội nhỏ lắm.

2 Các món ăn thế nào? (ngon lắm)

3 Chùa Một Cột thế nào? (rất đẹp)

4 Angela nói tiếng Việt thế nào? (rất giỏi)

Exercise 5

Add *nhé* to the sentences below. The first sentence has been done for you.

1 Anna uống nước cam. ⟶ **Anna uống nước cam nhé.**

2 Chị cho một bàn hai người ở gần cửa sổ.

3 Anh cho tôi cá hấp và canh chua.

4 Angela thử chè đậu đen.

5 Chúng ta đi.

 Exercise 6

Use "đi" or "để" in the sentences below. The first sentence has been done for you.

1 _____ tôi trả tiền xe tắc-xi. ⟶ **Để tôi trả tiền xe tắc-xi.**

2 Chúng ta đi xe xích-lô đến nhà hàng _____

3 Angela gọi điện thoại cho Tom _____

4 _____ Thùy Dương gọi điện thoại cho Tom.

 Dialogue 3

 (Audio 1; 55)

Angela và Thùy Dương tiếp tục câu chuyện
Angela and Thùy Dương continue their conversation

ANGELA:	Bây giờ là mấy giờ rồi?
THÙY DƯƠNG:	Còn sớm. Mới bảy giờ rưỡi. Có nhiều thời gian để đi chơi trong trung tâm của thành phố.
ANGELA:	Bây giờ mình đi đâu?
THÙY DƯƠNG:	Mình có thể đi uống cà-phê và nghe nhạc. Mình cũng có thể đi xem phim.
ANGELA:	Hoặc về khách sạn, xem ti-vi, nói chuyện. Thật ra, Angela ăn no quá và bắt đầu cảm thấy lười, không muốn đi đâu nữa.
THÙY DƯƠNG:	Nếu thế thì mình đi về khách sạn đi. Thùy Dương gọi tắc-xi nhé.
ANGELA:	Đừng gọi tắc-xi. Mình đi bộ đi.
ANGELA:	*What time is it now?*
THÙY DƯƠNG:	*Still early. Just 7:30. There's still plenty of time to go and have fun in the center of the city.*
ANGELA:	*Where shall we go now?*

THÙY DƯƠNG: *We can go drink coffee and listen to music. We can also go see a movie.*

ANGELA: *Or go back to the hotel, watch television and chat. The truth is, I'm so full and have begun to feel lazy and don't want to go anywhere anymore.*

THÙY DƯƠNG: *If so, we should head back to the hotel. I'll call a taxi, OK?*

ANGELA: *Don't call a taxi. Let's walk.*

Vocabulary

sớm	early	**bắt đầu**	begin
thời gian	time	**cảm thấy**	feel
đi chơi	go and have fun	**lười** (N),	lazy
trung tâm	center	**làm biếng** (S)	
thành phố	city	**không … nữa**	not … anymore
nghe nhạc	listen to music	**nếu**	if
xem phim/xi-nê	go to the movies	**nếu thế**	if so
hoặc	or	**đừng**	don't
thật ra (N),	in truth, to tell		
thực ra (S)	the truth		

Language points

Using "thật ra" to express "to tell the truth"

For example:

- *Thật ra*, tôi rất lo.
  To tell the truth, I was very worried.

- *Thật ra*, tôi rất mệt.
  To tell the truth, I was very tired.

Using "không … nữa" to express "not … anymore"

For example:

- Tôi *không* muốn ở khách sạn này *nữa*.
  I don't want to stay at this hotel anymore.

- Tôi *không* thích uống sữa *nữa*.
  I don't like to drink milk anymore.

New vocabulary

thích   like
sữa   milk

Using "nếu ... thì" to express the conditional

For example:

- *Nếu* lạc đường *thì* gọi điện thoại cho tôi.
  If you get lost, give me a call.

- *Nếu* ngon *thì* tôi sẽ ăn thêm.
  If it is delicious, I will eat some more.

NB *Thì* is optional in this structure.

Using "đừng" to tell someone not to do something

For example:

- *Đừng* đi xe ôm.   Don't take a motorbike taxi.
- *Đừng* ăn ở nhà hàng này.   Don't eat in this restaurant.

 Exercise 7

Formulate questions for the following statements. The first one has been done for you.

1 **Angela muốn ăn gì?**   3 _____
  Angela muốn ăn cơm.   Cho tôi một cốc nước cam.
2 _____   4 _____
  Chúng tôi sẵn sàng rồi.   Rất ngon.

 Exercise 8

Use "đi" to change the following sentences from statements to imperative sentences. The first one has been done for you.

1 Anh chờ tôi.   **Anh chờ đi.**

2 Chị ngồi.   _____

3 Anh chị vào.   _____

4 Chúng ta gọi cơm.   _____

5 Chúng ta về.   _____

Exercise 9

Use "*nếu … thì*" to tell us what you are going to do in the following situations. The first one has been done for you.

1 Nếu tôi không vui …
   Nếu tôi không vui thì tôi sẽ đi uống cà-phê và nghe nhạc.

2 Nếu tôi lạc đường …

3 Nếu tôi có tiền …

4 Nếu tôi đói …

5 Nếu tôi nói tiếng Việt giỏi …

Exercise 10

Make sentences with:

1 thật ra

2 không … nữa

3 nếu … thì

4 đừng

An old vendor on the beach

Unit Seven
Ở chợ

At the market

By the end of this unit you should be able to:

- Use "à" to ask for confirmation or to express some mild surprise
- Use classifiers to talk about individual members of classes of nouns, and to form nouns from verbs
- Ask when something happened or will happen, using "bao giờ"
- Say some more numbers
- Express the completion of an activity, using "xong"
- Use some common adverbs of frequency

Dialogue 1

(Audio 1; 59)

Angela mua cam ở chợ
Angela buys oranges at the market

NGƯỜI BÁN HÀNG:	Em ơi, mua cam đi. Cam ngon lắm.
ANGELA:	Bao nhiêu tiền một cân cam, chị?
NGƯỜI BÁN HÀNG:	Chín mươi nghìn đồng một cân.
ANGELA:	Chín mươi nghìn à? Đắt quá. Bốn mươi lăm nghìn, được không?
NGƯỜI BÁN HÀNG:	Không được. Cam của chị tươi và ngọt lắm.
ANGELA:	Vậy năm mươi nghìn chị có bán không?
NGƯỜI BÁN HÀNG:	Thôi được. Em chọn đi.
ANGELA:	Chị cho em mười quả cam này.
NGƯỜI BÁN HÀNG:	Cam của em đây.
ANGELA:	Cám ơn chị. Xin gửi tiền chị.

SELLER:	*Buy some oranges. They're very good.*
ANGELA:	*How much are they per kilo?*
SELLER:	*Ninety thousand đồng per kilo.*
ANGELA:	*Ninety thousand? That's too expensive. Forty-five thousand, OK?*
SELLER:	*No way. My oranges are quite fresh and sweet.*
ANGELA:	*So how about fifty thousand?*
SELLER:	*OK. Go ahead and choose your oranges.*
ANGELA:	*Let me have these ten.*
SELLER:	*Here you are.*
ANGELA:	*Thank you. Here's the money.*

Vocabulary

mua	buy	**tươi**	fresh
người bán hàng	seller	**ngọt**	sweet
		bán	sell
cân (N), **ký** (S)	kilo	**thôi được**	OK (reluctantly)
đồng	Vietnamese currency	**quả** (N), **trái** (S)	classifiers for fruits (which can also function as pronouns)
à	a question word used to ask for confirmation		

 Language points

Using "à" to ask for confirmation or to express some mild surprise

For example:

- **Anh là người Mỹ *à*?**   You are American?
- **Cháu thích ăn phở *à*?**   You like to eat pho?

Using classifiers to talk about individual members of classes of nouns

For example:

- **một *quả/trái* cam**   an/one orange
- **hai *quả/trái* chuối**   two bananas
- **ba *quả/trái* táo**   three apples
- **bốn *quả/trái* đào**   four peaches

New vocabulary

chuối	banana
táo	apple
đào	peach

NB We don't need to use classifiers when talking about whole classes of nouns. Thus, we say:

- **Tôi thích ăn cam.**   I like to eat oranges.
- **Họ không thích táo.**   They don't like apples.

 Exercise 1

Use *à* to transform the following sentences into questions:

1 Hôm qua Angela đi ăn tối với Thùy Dương.
2 Thùy Dương gọi phở bò.
3 Họ không đi xem phim.
4 Angela mệt và muốn về khách sạn.
5 Họ đi bộ về khách sạn.

Exercise 2

Translate the following sentences into Vietnamese:

1 Angela really likes to eat oranges and apples.

2 Yesterday she bought ten oranges.

3 Today she will buy 15 apples.

4 She doesn't like pears.

Dialogue 2

(Audio 1; 60)

Angela ở cửa hàng
Angela is in a store

ANGELA:	Chiếc áo dài này giá bao nhiêu, em?
NGƯỜI BÁN HÀNG:	Ba mươi đô, chị.
ANGELA:	Đắt quá. Hai mươi đô được không?
NGƯỜI BÁN HÀNG:	Hai mươi đô nếu chị mua thêm cái áo sơ-mi này cho chồng của chị.
ANGELA:	Chị chưa có gia đình. Chị còn độc thân.
NGƯỜI BÁN HÀNG:	Thì mua cho bạn trai của chị.
ANGELA:	Chị cũng chưa có bạn trai.
NGƯỜI BÁN HÀNG:	Thôi được. Hai mươi đô cho chiếc áo dài này.
ANGELA:	Chị gửi em tiền.
NGƯỜI BÁN HÀNG:	Cám ơn chị. Chị là người Pháp à?
ANGELA:	Không phải. Chị là người Mỹ.
NGƯỜI BÁN HÀNG:	Chị đến Việt Nam bao giờ?
ANGELA:	Chị ở đây vài ngày rồi. Chào em nhé.
NGƯỜI BÁN HÀNG:	Chào chị. Nhớ quay lại cửa hàng em nhé.

ANGELA:	*How much is this ao dai?*
SELLER:	*Thirty dollars.*
ANGELA:	*Too expensive. Twenty dollars, OK?*
SELLER:	*Twenty if you also buy this shirt for your husband.*
ANGELA:	*I'm not married yet. I'm still single.*
SELLER:	*Then buy it for your boyfriend.*
ANGELA:	*No boyfriend either.*

SELLER:	*OK. Twenty dollars for this ao dai.*
ANGELA:	*Here's the money.*
SELLER:	*Thank you. You are French, by any chance?*
ANGELA:	*No. I'm an American.*
SELLER:	*When did you come to Vietnam?*
ANGELA:	*I've been here a few days already. Goodbye.*
SELLER:	*Goodbye. Please remember to come back to my store.*

Vocabulary

cửa hàng (N),	store	**gia đình**	family
cửa tiệm (S)		**có gia đình**	be married
chiếc	classifier for various things	**độc thân**	single
		bạn trai	boyfriend
áo dài	Vietnamese traditional dress	**bao giờ**	when
		nhớ	remember
áo sơ-mi	shirt	**quay lại**	return
chồng	husband		

Language points

Using classifiers to talk about individual members of classes of nouns (cont.)

For example:

- **một** *chiếc* **áo dài**   an/one ao dai
- **hai** *chiếc* **(xe) tắc-xi**   three taxis
- **ba** *chiếc* **xe buýt**   four buses
- **bốn** *cái* **áo sơ-mi**   four shirts
- **năm** *cái* **ghế**   five chairs
- **sáu** *cái* **bàn**   six tables

NB There is no need for classifiers when whole classes of nouns are mentioned. Thus, we can say:

- **Angela thích mặc áo dài.**   Angela likes to wear ao dai.
- **Họ không thích đi xe buýt.**   They don't like to take buses.
- **Chúng ta cần thêm ghế.**   We need more chairs.

Using "bao giờ" to ask when something happened or will happen, placing it at the end of the question for the past and at the beginning for the future

- **Cháu sang Việt Nam *bao giờ*?**
  When did you come to Vietnam?

- ***Bao giờ* cháu sang Việt Nam?**
  When will you come to Vietnam?

Exercise 3

Translate the following sentences into Vietnamese:

1 Angela really likes to wear ao dai.
2 This morning she went to a store.
3 She bought an ao dai.
4 She will come back to buy a shirt for Thùy Dương's dad.

Exercise 4

Ask and answer the questions using *bao giờ*:

Bà Thủy/ đi Nhật/ hôm qua

    A: Bà Thủy đi Nhật bao giờ?
    B: Bà ấy đi hôm qua.

1 Anh/ đi Huế/ ngày mai

    A: _____ ?
    B: _____ .

2 Em Hoa/ đến Đài Loan/ lúc 8 giờ

    A: _____ ?
    B: _____ .

3 Cháu/ đi du lịch/ tháng sau

    A: _____ ?
    B: _____ .

4 Chị Jenny/ về Mỹ/ tuần tới

A: _____ ?

B: _____ .

5 Họ/ bắt đầu đi du lịch/ hôm qua

A: _____ ?

B: _____ .

Exercise 5

Use *bao giờ* to make questions for the following answers. The first one
has been done for you.

1 Tháng sau cô Thu sẽ đi Sài Gòn. ⟶

   Bao giờ cô Thu sẽ đi Sài Gòn?

2 Thùy Dương đã gọi điện thoại cho Angela lúc 10 giờ đêm.

3 Họ đi ăn tối ở một nhà hàng hôm qua.

4 Tuần sau họ sẽ thuê phòng ở một khách sạn ở Huế.

5 Angela đến Việt Nam tuần trước.

 Dialogue 3

 (Audio 1; 62)

Angela ở hiệu sách

Angela is at a bookstore

NGƯỜI BÁN HÀNG:	Chào chị. Chị tìm sách gì?
ANGELA:	Tôi muốn mua hai quyển sách thơ.
NGƯỜI BÁN HÀNG:	Của tác giả nào?
ANGELA:	Một quyển là "Truyện Kiều" của Nguyễn Du và quyển kia là tuyển tập thơ của Hồ Xuân Hương.
NGƯỜI BÁN HÀNG:	Đây, chị xem đi.
ANGELA:	Bao nhiêu tiền quyển này, anh?
NGƯỜI BÁN HÀNG:	Một trăm hai mươi nghìn đồng một quyển. Hai quyển là hai trăm bốn mươi nghìn. Rẻ lắm. Chị mua gì nữa không?
ANGELA:	Không, cám ơn anh. Xin gửi tiền anh.
NGƯỜI BÁN HÀNG:	Cám ơn chị. Chào chị.

SELLER:	Hi. What books are you looking for?
ANGELA:	I'd like to buy two poetry books.
SELLER:	Who are the authors?
ANGELA:	One is "The Tale of Kiều" by Nguyễn Du and the other one is a collection of poems by Hồ Xuân Hương.
SELLER:	Here. Take a look.
ANGELA:	How much is this one?
SELLER:	120 thousand đồng for each. So that's 240 thousand đồng. Very cheap. Would you like to buy anything else?
ANGELA:	No, thanks. Here's the money.
SELLER:	Thank you. Goodbye.

Vocabulary

hiệu sách (N), **tiệm sách** (S)	bookstore	**thơ**	poetry
		tác giả	author
tìm	look for	**truyện**	tale, story
sách	book	**kia**	other
quyển (N), **cuốn** (S)	classifiers for books (which can also function as pronouns)	**tuyển tập**	collection
		mỗi	each
		nữa	more

Language points

Using classifiers to talk about individual members of classes of nouns (cont.)

For example:

* **một** *quyển/cuốn* **sách**   a/one book
* **hai** *quyển/cuốn* **vở**   two notebooks
* **ba** *quyển/cuốn* **tiểu thuyết**   three novels

NB Classifiers are not needed when whole classes of nouns are mentioned. Thus, we can say:

* **Angela thích mua sách.**   Angela likes to buy books.
* **Angela thích đọc sách.**   Angela likes to read books.

New vocabulary

đọc   read

Some more numbers

For example:

• một nghìn/ngàn không trăm chín mươi lăm	1095
• một nghìn/ngàn chín trăm năm mươi tư	1954
• hai nghìn/ngàn không trăm linh/lẻ tám	2008
• hai nghìn/ngàn không trăm mười một	2011
• mười nghìn/ngàn	10,000
• tám mươi lăm nghìn/ngàn	85,000
• một trăm nghìn/ngàn	100,000
• một trăm hai mươi lăm nghìn/ngàn	125,000
• một triệu	1,000,000

Exercise 6

Translate the following sentences into Vietnamese. The first one has been done for you.

1 Angela really likes to read books. ——→
   Angela rất thích đọc sách.

2 Yesterday she went to a bookstore.

3 She bought two books.

4 She paid 120,000 đồng for each.

Exercise 7

Write out the following numbers in Vietnamese. The first one has been done for you.

1 1111   ——→ **một nghìn một trăm mười một**

2 1991   _____

3 2037   _____

4 9999   _____

5 163,000 _____

6 247,000 _____

Dialogue 4

(Audio 1; 64)

Angela về khách sạn và gặp Thùy Dương

Angela returns to the hotel and meets Thùy Dương.

THÙY DƯƠNG: Đi chợ thế nào? Vui không, Angela?

ANGELA: Vui lắm. Angela cũng mua được vài món.

THÙY DƯƠNG: Ngày mai mình đi thăm những thắng cảnh của thành phố này nhé. Vì ngày kia mình bay vào Huế. Rồi sau đó là Nha Trang, Đà Lạt, Sài Gòn. Thùy Dương đã mua vé xong cả rồi.

ANGELA: Hay quá! Cám ơn Thùy Dương nhiều lắm. Chuyến du lịch của mình sẽ rất là lý thú.

THÙY DƯƠNG: Angela đi ngủ sớm đi, đừng thức khuya nhé.

ANGELA: Vì sao?

THÙY DƯƠNG: Vì ngày mai mình sẽ cố gắng ra khỏi khách sạn lúc bảy giờ sáng.

ANGELA: Bảy giờ sáng à? Sớm quá. Angela thường dậy trễ lắm.

THÙY DƯƠNG: *How was the trip to the market? Was it fun, Angela?*

ANGELA: *Tons of fun. I was able to buy some items too.*

THÙY DƯƠNG: *Tomorrow we'll see the sights of this city, for the day after tomorrow we'll fly to Hue. Then after that, it'll be Nha Trang, Dalat and Saigon. I have bought all the tickets.*

ANGELA: *How wonderful! Thanks so much, Thùy Dương. Our trip will be quite memorable.*

THÙY DƯƠNG: *You should go to bed early, Angela. Don't stay up late, OK?*

ANGELA: *Why?*

THÙY DƯƠNG: *Because tomorrow we'll try to be out of the hotel by 7 a.m.*

ANGELA: *7 a.m.? That early? I normally get up really late.*

Vocabulary

món	item	**chuyến**	classifier for trips
những	plural marker	**rất là**	very, more informal than "rất"
thắng cảnh	sights		
vì	because, for	**lý thú**	memorable, enjoyable
ngày kia	day after tomorrow	**thức**	stay awake
bay	fly	**khuya**	late at night
sau đó	after that	**cố gắng**	try
vé	ticket	**ra khỏi**	go out of
xong	finish	**thường**	usually, normally
cả	all	**dậy**	get up
hay	wonderful, interesting	**trễ** (S), **muộn** (N)	late

 Language points

Using "xong" to express the completion of an activity

For example:

- **Angela đã đọc *xong* quyển/cuốn sách này.**
  Angela has finished (reading) this book.

- **Tôi mới ăn *xong* bữa sáng.**
  I just finshed (eating) my breakfast.

Using classifiers to form nouns from verbs

For example:

- **du lịch**   to travel   • **bay**   to fly
  ***chuyến* du lịch** (the) trip   ***chuyến* bay**   (the) flight

Using some common adverbs of frequency

For example:

- **Angela *thường* thức khuya.**
  Angela usually stays up late.

- **Angela *thỉnh thoảng* dậy sớm.**
  Angela sometimes gets up early.

- **Angela *luôn luôn* nghe nhạc.**
  Angela always listens to music.

- **Angela *ít khi* buồn.**
  Angela is seldom sad.

- **Angela *không bao giờ* uống rượu.**
  Angela never drinks alcohol.

New vocabulary

thỉnh thoảng	sometimes
luôn luôn	always
ít khi	seldom
không bao giờ	never

Exercise 8

Use the information provided below to ask for reasons and answer the questions as well. The first one has been done for you.

1 Anh / đến Việt Nam / muốn thăm bạn

   A: Vì sao anh đến Việt Nam?
   B: Tôi đến Việt Nam vì tôi muốn thăm bạn.

2 Angela/ ăn nhiều/ đói

   A: _____ ?
   B: _____ .

3 Angela / mua áo dài / thích mặc áo dài

   A: _____ ?
   B: _____ .

4 Thùy Dương / không uống nước / chưa khát

   A: _____ ?
   B: _____ .

5 Angela / học tiếng Việt / thích đi du lịch Việt Nam

   A: _____ ?
   B: _____ .

Exercise 9

Choose the correct question word in the parentheses for each sentence:

1 Anh tên là (ai/gì)?

2 (Ai/Gì) ở đầu dây đó?

3 Điện thoại của cháu số (mấy/gì)?

4 (Mấy/Bao nhiêu) tiền một cân cam?

5 (Ai/Vì sao) em mua áo dài?

Exercise 10

Make sentences with the following adverbs of frequency:

1 luôn luôn

2 thường

3 thỉnh thoảng

4 ít khi

5 không bao giờ

On a downtown street

Unit Eight

Đi thăm thắng cảnh Hà Nội và Huế

Visiting sights in Hanoi and Hue

By the end of this unit you should be able to:

- Talk about the weather, using "trời"
- Use the introductory phrase "chắc (là)" to express "probably"
- Use "cũng" to express "every"
- Express the comparative degree, using "hơn"
- Use classifiers when talking about individual members of a given category of things (contd.)
- Use the structure "làm gì mà … được" to express the impossibility of something
- Use the structure "tức là …" to express "that means …"

Dialogue 1

(Audio 2; 1)

Angela và Thùy Dương đi thăm những thắng cảnh ở trung tâm Hà Nội

Angela and Thùy Dương are visiting the sights in the center of Hanoi

ANGELA:	Hôm nay trời đẹp quá! Và được ngắm Hồ Hoàn Kiếm từ nhà hàng Thủy Tạ thật là một diễm phúc.
THÙY DƯƠNG:	Angela nói đúng đấy. Nhiều người Hà Nội và khách du lịch nước ngoài chọn nhà hàng này để ăn uống và thưởng ngoạn.
ANGELA:	Nhưng chắc là ở đây món ăn nào cũng đắt lắm, phải không?
THÙY DƯƠNG:	Đắt hơn những nơi khác một chút.
ANGELA:	Khi ở Mỹ mình đã nghe nói Hồ Hoàn Kiếm là một thắng cảnh.
THÙY DƯƠNG:	Và bây giờ Angela biết thêm Thủy Tạ nữa, một nhà hàng nổi tiếng của Hà Nội.
ANGELA:	*Today it's so beautiful! And it's such a great joy to be able to admire Lake Hoàn Kiếm from Thủy Tạ Restaurant.*
THÙY DƯƠNG:	*You're right. A lot of Hanoi people and foreign tourists choose this restaurant to dine and enjoy the view.*
ANGELA:	*But every dish is probably very expensive here, right?*
THÙY DƯƠNG:	*It's a little more expensive than other places.*
ANGELA:	*Back in America, I had heard that Lake Hoàn Kiếm was quite a sight.*
THÙY DƯƠNG:	*And now you also know Thủy Tạ, a famous restaurant in Hanoi.*

Vocabulary

trời	the weather (literally meaning "sky")	**thật (là)**	truly
		diễm phúc	great joy, happiness
Hồ Hoàn Kiếm	Lake of the Restored Sword	**đúng**	right

người Hà Nội	Hanoian, Hanoi resident	**nơi**	place
		ăn uống	dine
nước ngoài (N), **ngoại quốc** (S)	foreign	**thưởng ngoạn**	enjoy
khách du lịch, **du khách**	tourist	**mình**	I, me (intimate, used when talking to close friends)

Language points

Using "trời" to talk about the weather

For example:

- *Trời* **nắng.**   It's sunny.
- *Trời* **nóng.**   It's hot.
- *Trời* **ấm.**   It's warm.
- *Trời* **lạnh.**   It's cold.
- *Trời* **mát.**   It's cool.
- *Trời* **tối.**   It's dark.
- *Trời* **sáng.**   It's light.
- *Trời* **đang mưa.**   It's raining.

New vocabulary

nắng	sunny
ấm	warm
mát	cool
sáng	light
mưa	rainy, rain

Using the ending particle "đấy" to express affirmation

For example:

- **Chị nói đúng *đấy*.**   You are absolutely right.
- **Tôi nói thật *đấy*.**   I'm definitely telling the truth.
- **Anh ấy nói đùa *đấy*.**   He's only kidding.

New vocabulary

nói thật	speak the truth
nói đùa	joke, kid

Using the introductory phrase "chắc (là)" to express "probably"

For example:

- *Chắc (là) ở* đây cái gì cũng đắt.
  Probably everything is expensive here.

- *Chắc (là)* ngày mai trời nắng.
  Probably tomorrow it'll be sunny.

NB When **chắc (là)** is used as an adjective or adverb, it means "sure" or "for sure."

For example:

- **Anh có *chắc* không đấy?**
  Are you sure?

- **Tôi biết *chắc (là)* họ sẽ đến.**
  I know for sure they will come.

Using "cũng" to express "every"

For example:

- **Cái gì *cũng* đắt.**   Everything is expensive.
- **Cái gì *cũng* đẹp.**   Everything is beautiful.
- **Cái gì *cũng* rẻ.**   Everything is cheap.

- **Người nào *cũng* tốt.**   Everyone is kind/nice/good.
- **Người nào *cũng* giỏi.**   Everyone is talented/good.
- **Ai *cũng* vui.**   Everyone is happy.

New vocabulary

  tốt   good, nice, kind

Using "hơn" to express the comparative degree

For example:

- **Chiếc áo dài này đẹp *hơn* chiếc áo dài kia.**
  This ao dai is more beautiful than that one.

- **Tôi thích đọc sách *hơn* đi xem phim.**
  I prefer reading books to going to the movies.

- **Ở Việt Nam cái gì cũng rẻ *hơn* ở Nhật.**
  In Vietnam everything is cheaper than in Japan.

And here are some more comparative constructions with "**hơn**":

- **lớn *hơn***   bigger
- **cao *hơn***   taller
- **thấp *hơn***   shorter
- **quý *hơn***   more precious
- **đẹp *hơn***   more beautiful

New vocabulary

cao	tall
thấp	short
quý	precious

Using the personal pronoun "mình" to refer to oneself when talking to close friends

For example:

- ***Mình* nghe nói Việt Nam có nhiều thắng cảnh.**
  I've heard that in Vietnam there are many scenic spots.

- ***Mình* thích uống nước trà hơn (là) cà-phê.**
  I prefer tea to coffee.

Exercise 1

Use "chắc (là)," "chắc," "đấy" or "cũng" to fill in the blanks. The first one has been done for you.

1 Quyển/Cuốn sách này hay lắm _____ ⟶ **đấy**

2 Chiếc áo dài này đẹp _____ _____ .

3 Tôi biết _____ họ sẽ không đến.

4 Ai _____ mệt và đói.

5 _____ các du khách rất vui.

6 Cái gì ở đây _____ đắt/mắc.

7 _____ chúng ta nên đi nhà hàng kia đi.

8 _____ John đã về khách sạn rồi.

9 Chiều nay trời sẽ mưa _____ _____ .

Exercise 2

Translate the following sentences into Vietnamese:

1 That film is really good.
2 Helen is a very good friend.
3 Gretchen isn't sure when Richie will come.
4 Probably Richie will come at 2 o'clock.
5 Everyone likes to visit Hoàn Kiếm Lake.
6 Every foreign tourist likes this restaurant.
7 Probably they will go to Nha Trang tomorrow.
8 Matt isn't sure we can go to Dalat next week.

 Exercise 3

Translate the questions into English, then answer them in Vietnamese:

1 Angela và Thùy Dương nói chuyện ở đâu?
2 Người Hà Nội và du khách ngoại quốc hay chọn nơi nào để ăn uống và thưởng ngoạn?
3 Hồ Hoàn Kiếm có phải là một thắng cảnh của Hà Nội không?
4 Ai là người có diễm phúc?
5 Có nhiều du khách nước ngoài đến thăm Hà Nội không?
6 Có phải ở Hà Nội cái gì cũng đắt hơn ở những nơi khác không?
7 Angela đã nghe nói gì khi ở Mỹ?
8 Thùy Dương nói gì về Thủy Tạ?

 Exercise 4

Make sentences with:

1 nói chuyện
2 trung tâm Hà Nội
3 diễm phúc
4 du khách
5 chọn
6 thưởng ngoạn

7 chắc là

8 đắt hơn một chút

9 rẻ hơn một chút

10 nghe nói

Dialogue 2

(Audio 2; 2)

Angela và Thùy Dương dạo chơi trong thành phố Huế
Angela and Thùy Dương take a stroll in the city of Hue

ANGELA:	Thành phố Huế đẹp quá!
THÙY DƯƠNG:	Đúng đấy. Bây giờ Angela có muốn chụp mấy bức ảnh không?
ANGELA:	Có chứ. Mình đứng ở đây chụp ảnh nhé. Từ chỗ này, chiếc cầu kia trông nho nhỏ mà lại xinh xinh.
THÙY DƯƠNG:	Tiếng Việt của Angela giỏi lắm. Angela biết sử dụng cả từ láy nữa.
ANGELA:	Học ba mùa hè liên tục thì phải giỏi chứ.
THÙY DƯƠNG:	Quên chưa hỏi Angela. Angela học tiếng Việt ở đâu vậy?
ANGELA:	Angela tham dự một chương trình mùa hè ở Mỹ.
THÙY DƯƠNG:	Chắc các thầy cô ở đó dạy giỏi lắm.
ANGELA:	Dĩ nhiên rồi.

ANGELA:	*Hue is so beautiful!*
THÙY DƯƠNG:	*It's true. Do you want to take some pictures now?*
ANGELA:	*Sure. Let's stand here and take the pictures. From this place, that bridge looks rather small and pretty.*
THÙY DƯƠNG:	*Your Vietnamese is excellent. You also know how to use reduplications.*
ANGELA:	*You have to be good after having learned the language for three summers in a row.*
THÙY DƯƠNG:	*I forgot to ask you. Where did you learn Vietnamese?*
ANGELA:	*I attended a summer program in America.*
THÙY DƯƠNG:	*Perhaps the teachers there are really good.*
ANGELA:	*Certainly.*

Vocabulary

dạo chơi	take a stroll	**xinh xinh**	pretty, cute
ảnh (N),	picture	**sử dụng**	use
hình (S)		**cả ... nữa**	also
chụp ảnh/	take pictures	**từ láy**	reduplication
hình		**liên tục**	continuously,
bức (N),	classifier for		in a row
tấm (S)	pictures	**tham dự**	attend,
chỗ	place		participate in
cầu	bridge	**chương trình**	program
trông	look, seem	**dĩ nhiên**	certainly, of
nho nhỏ	rather small,		course
	smallish		

Language points

Using classifiers when talking about individual members of a given category of things (cont.)

For example:

- *bức* **tượng**   statue
- *bức* **tường**   wall
- *bức* **tranh**   painting

Using "cả ... nữa" to express "also"

For example:

- **Ellen biết nói** *cả* **tiếng Ý** *nữa.*
  Ellen can also speak Italian.

- **Tôi sẽ mua** *cả* **cuốn sách này** *nữa.*
  I will buy this book too.

Using some reduplications

For example:

* **xinh xinh**   pretty, cute
* **nho nhỏ**   smallish
* **hồng hồng**   pinkish
* **buồn buồn**   rather sad
* **nằng nặng**   pretty heavy
* **đo đỏ**   reddish
* **trăng trắng**   whitish

Using "chứ" to ask for confirmation

For example:

* **Cô ấy sẽ đến *chứ*.**
  Surely she will come.

* **John hát đi *chứ*.**
  Surely you will sing, John?

* **Sau khi ăn no thì phải ngồi nghỉ *chứ*.**
  After a full meal, surely we have to sit and rest.

Exercise 5

Use "quá," "chứ," "cả ... nữa," a classifier (chiếc, bức, quyển) or a reduplication (nho nhỏ, đo đỏ, xinh xinh) to fill in the blanks:

1 Alice nói tiếng Việt hay _____ ! ⟶ **quá**

2 Bây giờ chúng ta sẽ nói tiếng Việt _____ .

3 Ted biết nói _____ tiếng Nhật _____ .

4 Hôm qua họ đi mua một _____ áo dài, hai _____ sách, và ba _____ tranh.

5 Từ chỗ này, những ngôi nhà _____ kia trông _____ và _____ .

New vocabulary

ngôi   classifier

Exercise 6

Now read the text again and translate it sentence by sentence into English:

Angela và Thùy Dương dạo chơi trong thành phố Huế

ANGELA: Thành phố Huế đẹp quá!

THÙY DƯƠNG: Đúng đấy. Bây giờ Angela có muốn chụp mấy bức
              ảnh không?

ANGELA: Có chứ. Mình đứng ở đây chụp ảnh nhé. Từ chỗ
              này, chiếc cầu kia trông nho nhỏ mà lại xinh xinh.

THÙY DƯƠNG: Tiếng Việt của Angela giỏi lắm. Angela biết sử dụng
              cả từ láy nữa.

ANGELA: Học ba mùa hè liên tục thì phải giỏi chứ.

THÙY DƯƠNG: Quên chưa hỏi Angela. Angela học tiếng Việt ở đâu
              vậy?

ANGELA: Angela tham dự một chương trình mùa hè ở Mỹ.

THÙY DƯƠNG: Chắc các thầy cô ở đó dạy giỏi lắm.

ANGELA: Dĩ nhiên rồi.

Exercise 7

Make sentences with:

1	trông	6	tham dự
2	nho nhỏ	7	chương trình
3	xinh xinh	8	quá
4	giỏi	9	chứ
5	sử dụng	10	cả … nữa

Exercise 8

Answer the questions:

1 Angela và Thùy Dương đang đi thăm nơi nào?

2 Angela nghĩ gì về nơi đó?

3 Bây giờ họ muốn làm gì?

4 Họ nhìn thấy cái gì?

5 Tiếng Việt của Angela như thế nào?

6 Angela biết sử dụng cả những từ nào của tiếng Việt?

7 Angela học tiếng Việt được bao lâu?

8 Angela học tiếng Việt ở đâu?

9 Các thầy cô ở đó dạy như thế nào?

Dialogue 3

(Audio 2; 3)

Angela và Thùy Dương đi ăn kem và nói chuyện về hai thành phố

Angela and Thùy Dương have ice cream and talk about the two cities

ANGELA:	Chúng ta đã xem hết những thắng cảnh của cả hai thành phố chưa?
THÙY DƯƠNG:	Làm gì mà hết được. Ở Huế mình chỉ mới đi thăm được chùa Thiên Mụ, sông Hương và Lăng Tự Đức. Còn ở Hà Nội thì mình chỉ đi ra Hồ Hoàn Kiếm, Hồ Tây và Văn Miếu.
ANGELA:	Và mình cũng chưa có dịp đi chơi ở Vịnh Hạ Long hoặc đi tắm biển ở Cửa Thuận An.
THÙY DƯƠNG:	Thôi để lần sau. Tức là Angela phải ráng để dành tiền và trở lại đây thăm Thùy Dương trong một hoặc hai năm nữa.

ANGELA:	*Have we seen all the scenic spots in both cities yet?*
THÙY DƯƠNG:	*There's no way we've seen them all. In Hue we've only been able to visit Thiên Mụ Pagoda, the Perfume River and Tự Đức Tomb. And in Hanoi we only went out to Lake Hoàn Kiếm, West Lake and the Temple of Literature.*
ANGELA:	*And we didn't have the opportunity to sightsee at Hạ Long Bay or swim at Thuận An Estuary.*
THÙY DƯƠNG:	*Well, let's do it next time. That means you'll have to try to save money and come back here to visit me within a year or two.*

Vocabulary

kem	ice cream	**biển**	sea
sông	river	**cửa (sông)**	estuary
hương	scent, incense	**lần sau/tới**	next time
lăng	(imperial) tomb	**tức là**	that means
văn	literature	**ráng, cố gắng**	try
miếu	shrine, temple	**để dành**	save
tắm	bathe, swim	**trở lại**	return

Language points

Using the structure "làm gì mà ... được" to express the impossibility of something

For example:

- *Làm gì mà* thắng một triệu đô *được*.
  There's no way (you) can win a million dollars.

- *Làm gì mà* thi trượt *được*.
  There's no way (you) will fail the exam.

- *Làm gì mà* dịch thơ Hồ Xuân Hương *được*.
  There's no way (you) can translate Hồ Xuân Hương's poetry.

New vocabulary

thắng	win
thi trượt	fail an exam
dịch	translate

Using the structure "tức là ..." to express "that means ..."

For example:

- *Tức là* họ rất giàu.
  That means they are very rich.

- *Tức là* anh ấy rất nghèo.
  That means he is very poor.

- ***Tức là** phim đó rất hay.*
  That means that movie is very interesting.

New vocabulary

giàu	rich
nghèo	poor

Exercise 9

Use "làm gì mà … được" or "tức là" to fill in the blanks. The first one has been done for you.

ANGELA:	Nghe nói phim "Avatar" hay lắm.
THÙY DƯƠNG:	_____ mình nên đi xem, phải không? ⟶
	Tức là
ANGELA:	Thùy Dương đoán giỏi lắm.
THÙY DƯƠNG:	_____ không đoán _____ Angela là bạn thân của Thùy Dương mà.
ANGELA:	Vậy thì mình phải đi sớm, nếu không sẽ hết vé.
THÙY DƯƠNG:	_____ hết vé _____ . Ở đây có nhiều rạp xi-nê lắm. Nếu không vào được rạp này thì mình đi rạp khác.

New vocabulary

đoán	guess
thân	close
bạn thân	close friend
rạp xi-nê	movie theater

Exercise 10

Fill in the blanks with some items from the vocabulary list. The first one has been done for you.

1 Angela rất thích _____ Thiên Mụ. ⟶ **chùa**

2 Thùy Dương sẽ dẫn Angela đi _____ ở Cửa Thuận An.

3 Ai sẽ cố gắng _____ tiền?

4 Khi nào Angela sẽ _____ Việt Nam để đi du ngoạn với Thùy Dương?

Exercise 11

Make sentences with:

1 sông
2 hồ
3 vịnh
4 lăng

Lake of the Restored Sword in Hanoi

Unit Nine
Một ngày ở Huế
A day in Hue

By the end of this unit you should be able to:

- Talk about daily activities, using "hàng ngày"
- Use "cứ" to express "just go ahead and do something"
- Use "hay là" to express an alternative or another option
- Use "không … cả" to express "not any … at all"
- Use "sau khi" to express "after something happens/happened"
- Use "hỏi" in reported or indirect speech
- Talk about the seasons

Dialogue 1

(Audio 2; 8)

Angela và Thùy Dương đi vào một ngân hàng
Angela and Thùy Dương go into a bank

ANGELA:	Gần đây có ngân hàng nào không? Angela muốn vào đổi ít tiền.
THÙY DƯƠNG:	Angela muốn đổi bao nhiêu?
ANGELA:	Mình tính đổi khoảng 200 đô-la. Thùy Dương có biết hiện nay tỷ giá hối đoái là bao nhiêu không?
THÙY DƯƠNG:	Nó lên xuống hàng ngày, nhưng mình cứ vào hỏi thử xem.
ANGELA:	Hay là mình đi đổi ở một hiệu vàng?
THÙY DƯƠNG:	Cũng được, nhưng Thùy Dương không thấy hiệu vàng nào cả. Còn ở ngã tư đằng kia thì có một ngân hàng.

ANGELA:	*Is there a bank near here? I want to exchange some money.*
THÙY DƯƠNG:	*How much do you want to exchange?*
ANGELA:	*I intend to exchange about 200 dollars. Do you know what the current exchange rate is, Thùy Dương?*
THÙY DƯƠNG:	*It goes up and down daily, but we can just go in and ask about it.*
ANGELA:	*Or should we exchange money in a jewelry store?*
THÙY DƯƠNG:	*It's OK, but I don't see any jewelry stores, while there is a bank at the intersection over there.*

Vocabulary

ngân hàng, nhà băng	bank	**hàng ngày**	every day
		cứ	go ahead
đổi (tiền)	exchange money	**hay (là)**	or
tính	intend	**hiệu vàng** (N),	jewelry store
hiện nay	currently, at present	**tiệm vàng** (S)	
		không …	not any … at all
tỷ giá hối đoái	exchange rate	**nào cả**	
nó	it	**đằng kia**	over there
lên xuống	go up and down		

Language points

Using "hàng ngày" to talk about daily activities

For example:

- *Hàng ngày* Thùy Dương đi làm lúc 7 giờ sáng.
  Every day Thùy Dương goes to work at 7 a.m.

- *Hàng ngày* Thùy Dương xem ti-vi lúc 9 giờ tối.
  Every day Thùy Dương watches television at 9 p.m.

- *Hàng ngày* Thùy Dương đi ngủ sớm.
  Every day Thùy Dương goes to bed early.

Using "cứ" to express "just go ahead and do something"

For example:

- Trời mưa lớn nhưng họ vẫn *cứ* đi xem xi-nê.
  It rained heavily but they still went to the movies.

- *Cứ* gọi điện thoại cho tôi, nếu lạc đường.
  Just go ahead and call me if you get lost.

Using "thử xem" to make a suggestion

For example:

- Ăn *thử xem.*   Try this food.
- Uống *thử xem.*   Try this drink.

Using "hay là" to express an alternative or another option

For example:

- *Hay là* mình đi ăn nhà hàng tối nay?
  Or we can eat out tonight?

- *Hay là* tuần sau?
  What about next week?

Using "không … cả" to express "not any … at all"

For example:

*   **Tôi *không* nhớ gì *cả*.**
    I don't remember anything at all.

*   **Họ sẽ *không* đi đâu *cả*.**
    They won't go anywhere at all.

Exercise 1

Use "hàng ngày," "cứ," "thử xem," "hay là" or "cả" to fill in the blanks. The first one has been done for you.

1   Không ai nhớ Jack _____ . ⟶ **cả**

2   Gọi điện thoại _____ Alice có nhà không.

3   _____ mình đến thăm họ.

4   Mình _____ đi đón họ nhé.

5   _____ ngồi đây một lát.

6   Hương và Ryan chưa ăn gì _____ .

7   _____ mình đi về khách sạn.

8   Mình chờ _____ có xe tắc-xi không.

9   _____ Angela và Thùy Dương đi thăm các thắng cảnh.

Exercise 2

Use the appropriate word from the vocabulary list to fill in each blank:

1   Mình có thể đi đổi tiền ở một _____ hay là một

    _____ .

2   Có một ngân hàng ở _____ đằng kia.

3   Hôm nay tỷ giá _____ là bao nhiêu?

4   Angela cần đổi bao nhiêu _____ ?

Exercise 3

Answer these questions:

1 Angela muốn đi đâu? Tại sao?

2 Angela muốn đổi bao nhiêu tiền?

3 Tỷ giá hối đoái là bao nhiêu?

4 Tại sao họ không đi đổi tiền ở một tiệm vàng?

5 Ngân hàng ở đâu?

Exercise 4

Make sentences with:

1 bao nhiêu

2 cứ

3 thử xem

4 hay là

5 cả

Dialogue 2

(Audio 2; 11)

Sau khi Angela đổi tiền xong, cả hai tiếp tục đi chơi trong thành phố Huế

After Angela has exchanged some money, the two continue their exploration in the city of Hue

THÙY DƯƠNG:	Bây giờ Angela muốn đi đâu?
ANGELA:	Angela cần gửi một tấm bưu thiếp cho một người bạn ở Úc. Mình thử hỏi anh xích-lô kia xem có bưu điện nào ở gần đây không.
THÙY DƯƠNG:	Anh ơi, có bưu điện nào ở gần đây không?
ANH XÍCH-LÔ:	Có. Ở trên Đại lộ Quang Trung, cách đây vài dãy phố thôi.
THÙY DƯƠNG:	Cám ơn anh. Mình đi bộ đến đó được, Angela.
ANGELA:	Angela mỏi chân quá rồi. Hay là mình đi xe xích-lô đi. Anh cho chúng tôi đến bưu điện nhé.
ANH XÍCH-LÔ:	Dạ, mời hai chị lên xe.

THÙY DƯƠNG: *Where do you want to go now?*
ANGELA: *I need to send a postcard to a friend in Australia.*
               Let's ask that cyclo driver to see if there's a post
               office near here.
THÙY DƯƠNG: *Driver, is there a post office near here?*
CYCLO DRIVER: *Yes. There's one on Quang Trung Avenue, only a*
               few blocks from here.
THÙY DƯƠNG: *Thank you. We can walk there, Angela.*
ANGELA: *My legs ache. Let's get there by cyclo. Could you*
               please take us to the post office?
CYCLO DRIVER: *Sure, please get on.*

Vocabulary

sau khi	after	**bưu điện**	post office
cần	need	**đại lộ**	avenue, boulevard
gửi (N), **gởi** (S)	send	**cách đây**	from here
bưu thiếp	postcard	**mỏi chân**	have aching legs

🔍 Language points

Using "sau khi" to express "after + verb phrase"

For example:

- *Sau khi* ăn tối, họ đi dạo.
  After having had dinner, they took a walk.

- *Sau khi* đến Huế, họ thuê phòng trong một khách sạn.
  After arriving in Hue, they got a room in a hotel.

NB Sau is used instead of **sau khi** in the structure "after + noun phrase."

For example:

- *Sau* bữa tối, họ đi dạo.
  After dinner, they took a walk.

- Họ về khách sạn *sau* tám giờ tối.
  They got back to the hotel after 8 p.m.

Using "hỏi" in reported or indirect speech

For example:

- **Anh xích-lô** *hỏi* **có phải Angela là người Mỹ không.**
  The cyclo driver asked Angela if she was an American.

- **Anh ấy cũng** *hỏi* **Angela bao nhiêu tuổi.**
  He also asked Angela how old she was.

- **Mình có thể** *hỏi* **anh ấy nhà ga ở đâu.**
  We can ask him where the train station is.

New vocabulary

nhà ga   train station

Exercise 5

Use "sau," "sau khi" and "hỏi" to fill in the blanks. The first one has been done for you.

1 Chúng ta sẽ đi Sài Gòn _____ đi Đà Lạt.
   ⟶ **sau khi**

2 Chúng ta đón tắc-xi về khách sạn _____ ăn tối nhé.

3 Chúng ta sẽ làm gì _____ bữa sáng.

4 Tại sao mình không _____ khách sạn xem họ có biết nhà hàng nào không?

Exercise 6

Use the appropriate word from Dialogue 2 to fill in each blank. The first one has been done for you.

1 Tôi cần đi đến một bưu điện để gửi một tấm _____
   ⟶ **bưu thiếp**

2 Bưu điện rất gần đây. Mình _____ đến đó được.

3 Tôi không thích đi bộ vì tôi _____ quá rồi.

4 Khách sạn ở trên đường Phạm Ngũ Lão, _____ khoảng 4
   _____ .

Exercise 7

Answer these questions:

1 Sau khi đổi tiền Angela muốn đi đâu? Tại sao?
2 Bưu điện đó ở đâu?
3 Họ có đi bộ đến đó được không?
4 Họ sẽ đi đến đó bằng gì? Tại sao?

Exercise 8

Make sentences with:

1 quán cà-phê
2 dãy phố
3 được
4 đi

Dialogue 3

(Audio 2; 12)

Angela muốn đi mua một vài món quà lưu niệm
Angela wants to buy a few souvenirs

ANGELA:	Bây giờ Angela muốn đi mua một vài món quà lưu niệm để mang về Mỹ. Mình đi tìm một ki-ốt bán quà lưu niệm đi.
THÙY DƯƠNG:	Nhưng ngày còn dài mà, lo gì. Mình có thể về khách sạn ngủ trưa một chút rồi đi cũng chưa muộn.
ANGELA:	Angela không cần ngủ trưa đâu.
THÙY DƯƠNG:	Thì cũng về tắm cho mát. Đi đâu mà vội. Vả lại, Thùy Dương ra mồ hôi nhiều quá, cũng muốn về thay quần áo.
ANGELA:	Vậy cũng được. Mùa hè trời nóng thật. Mình về khách sạn đi.
ANGELA:	*Now I'd like to go buy a few souvenirs to take back to America. Let's go find a souvenir kiosk, OK?*

THÙY DƯƠNG: *But the day's still long, what's there to worry about? We can go back to the hotel to take a catnap and then go there. It's not late.*

ANGELA: *I don't need a nap.*

THÙY DƯƠNG: *We should still go back to take a shower to stay cool. There's no need to hurry. Furthermore, I've been sweating profusely and want to go back to change.*

ANGELA: *OK. It's really hot in the summer. Let's go back to the hotel.*

Sau đó, họ ở ki-ốt bán quà lưu niệm
Afterwards, they are at a souvenir kiosk

ANGELA: Angela muốn mua chiếc nón lá này và bức tranh sơn mài kia.

THÙY DƯƠNG: Còn bức tượng Phật Bà bằng đồng này?

ANGELA: Mua luôn. Cha của Angela sẽ rất vui khi được Angela biếu bức tượng này.

THÙY DƯƠNG: Còn mẹ của Angela thích gì?

ANGELA: Chắc là một quyển sách về nghệ thuật điêu khắc của người Chàm và nghề dệt vải cổ truyền của người dân tộc.

ANGELA: *I want to get this straw hat and that lacquer painting.*

THÙY DƯƠNG: *What about this bronze statuette of the Lady Buddha?*

ANGELA: *I'll buy it too. My dad will be very happy when I give the statue to him as a present.*

THÙY DƯƠNG: *And your mom, what does she like?*

ANGELA: *Perhaps a book about Cham sculpture and the traditional textile weaving by some ethnic groups.*

Angela và Thùy Dương trả giá cho các món quà lưu niệm
Angela and Thùy Dương haggle over the prices of the souvenirs

THÙY DƯƠNG: Món này giá bao nhiêu?

NGƯỜI BÁN HÀNG: Mười lăm đô.

ANGELA: Mười đô được không?

NGƯỜI BÁN HÀNG: Thôi được. Cô lấy đi.

THÙY DƯƠNG: Đắt quá, năm đô thôi.
NGƯỜI BÁN HÀNG: Chị này đồng ý trả mười đô rồi.
THÙY DƯƠNG: Nếu là tôi thì tôi không mua.
ANGELA: Lỡ rồi. Lần sau Angela sẽ để Thùy Dương mặc
                     cả hộ.

THÙY DƯƠNG: *How much is this item?*
SALESPERSON: *Fifteen dollars.*
ANGELA: *Ten dollars, OK?*
SALESPERSON: *OK. Take it.*
THÙY DƯƠNG: *Too expensive. Five dollars.*
SALESPERSON: *This lady already agreed to pay ten dollars.*
THÙY DƯƠNG: *If it were me, I wouldn't buy it.*
ANGELA: *It's done. Next time I'll let you do the bargaining.*

Vocabulary

quà	gift	**Phật Bà**	Lady Buddha
quà lưu niệm	souvenir	**bằng**	made of
dài	long	**đồng**	bronze, copper
lo	worry	**luôn**	also, as well
ngủ trưa	take a nap	**biếu**	give an older person a gift
muộn	late		
tắm	take a shower/bath	**nghệ thuật**	art
		điêu khắc	sculpture
vội	hurry	**Chàm**	Champa
và lại	furthermore, besides	**nghề**	occupation
		dệt	weave
ra mồ hôi	perspire	**vải**	textile, fabric
thay	change (one's clothes)	**cổ truyền**	traditional
		người dân tộc (thiểu số)	ethnic (minority) people(s)
quần	pants		
quần áo	clothes	**lấy**	take
mùa hè	summer	**đồng ý**	agree
ki-ốt	kiosk	**lỡ**	done (cannot be changed)
nón lá	(conical) straw hat		
sơn mài	lacquer	**mặc cả** (N), **trả giá** (S)	haggle, bargain
tượng	statue, statuette		

Language points

Using "lo gì" to express "what is there to worry about?"

For example:

- **Mưa sẽ tạnh, *lo gì*.**
  The rain will soon let up, what is there to worry about?

- **Nghỉ đi, rồi ngày mai làm tiếp, *lo gì*.**
  Let's call it a day and continue tomorrow, what is there to worry about?

New vocabulary

tạnh	let up (the rain)
tiếp	continue

Using "không ... đâu" to express one's strong opinion about something

For example:

- **Tôi *không* muốn hát *đâu*.**
  I don't want to sing.

- **Cô ấy *không* muốn gặp họ *đâu*.**
  She doesn't want to see them.

- **Chiều mai sẽ *không* mưa *đâu*.**
  It won't rain tomorrow afternoon.

Using "vả lại" to express "furthermore" or "besides"

For example:

- ***Vả lại*, ai cũng muốn được hạnh phúc.**
  Furthermore, everyone wants to enjoy happiness.

- ***Vả lại*, tôi cần ngủ tám tiếng.**
  Furthermore, I need to sleep for eight hours.

New vocabulary

hạnh phúc   happy, happiness

Using "mùa" to talk about different seasons

For example:

- *mùa* **hè**   summer
- *mùa thu*   autumn
- *mùa* **đông**   winter
- *mùa* **xuân**   spring

Using "… luôn" to express "also"

For example:

- **Mình đi thăm Đà Lạt rồi đi Nha Trang** *luôn.*
  We visit Dalat and then Nha Trang also.

- **Họ muốn mua nhà rồi mua xe hơi** *luôn.*
  They want to buy a house and then a car too.

Using "Nếu là tôi" to express "If it were me"

For example:

- *Nếu là tôi* **thì tôi sẽ đón xe tắc-xi.**
  If it were me, I would take a taxi.

- *Nếu là tôi* **thì tôi sẽ không thuê phòng ở khách sạn đó.**
  If it were me, I wouldn't get a room in that hotel.

 ## Exercise 9

Use "lo gì," "không … đâu," "và lại" or "luôn" to fill in the blanks:

Chúng ta về khách sạn đi. Mình còn có nhiều ngày ở đây mà,
_____ _____ . Trời cũng tối rồi. Ngày mai mình
đi mua quà lưu niệm cũng _____ muộn _____
Rồi mình đi xem xi-nê _____ , được không?

Exercise 10

Use the appropriate word from the vocabulary list of Dialogue 3 to fill in each blank. The first one has been done for you.

1 Angela không biết nhiều về nghệ thuật _____
   của người Chàm. ⟶ **điêu khắc**

2 Có bao nhiêu nhóm _____ sống ở Việt Nam?

3 Angela cũng muốn biết về nghề dệt vải _____
   của những nhóm này.

4 Angela sẽ _____ mẹ một quyển sách.

Exercise 11

You are buying souvenirs in a souvenir shop. You want to know the price of:

1 a lacquer painting

2 a book

3 a statuette

4 a (conical) straw hat

Exercise 12

You are buying souvenirs in a souvenir shop. You are haggling over the price of:

1 a lacquer painting
   (You exclaim that it's too expensive and you want to pay only 21 dollars.)

2 a book
   (You exclaim that it's too expensive and you want to pay only 3 dollars.)

3 a statuette
   (You exclaim that it's too expensive and you want to pay only 6 dollars.)

4 a (conical) straw hat
   (You exclaim that it's too expensive and you want to pay only 2 dollars.)

Thien Mu Pagoda in Hue

Unit Ten

Du lịch Đà Lạt và Sài Gòn

Touring Dalat and Saigon

By the end of this unit you should be able to:

- Ask a yes–no question, using the construction "có … hay không"
- Build superlative constructions with "nhất"
- Use ordinal numbers
- Express the passive voice, using "được"
- Use "cách đây" to express "ago"
- Talk about different regions in Vietnam
- Use "cho nên" to express a logical explanation

Dialogue 1

(Audio 2; 14)

Angela và Thùy Dương đi thăm Đà Lạt

Angela and Thùy Dương visit Dalat

ANGELA:	Đà Lạt đẹp quá! Có Hồ Xuân Hương ngay tại trung tâm của thành phố, với cảnh trí thật là thơ mộng.
THÙY DƯƠNG:	Angela có muốn đi dạo ven theo bờ hồ không?
ANGELA:	Mình đi đi. Du khách nào không đi thăm Đà Lạt thì thật là đáng tiếc. Dù Angela không phải là thi sĩ cũng muốn làm thơ tặng cho nơi này.
THÙY DƯƠNG:	Thật ra thì nhiều nhà văn, nhà thơ đã viết về Đà Lạt. Một số nhạc sĩ nổi tiếng cũng viết một vài bài hát về thành phố này.
ANGELA:	Thùy Dương có nhớ bài thơ hay bản nhạc nào mà có nhắc đến Đà Lạt hay không?
THÙY DƯƠNG:	Ngay bây giờ thì không, nhưng từ từ sẽ nhớ ra.
ANGELA:	*Dalat is so beautiful! There is Xuân Hương Lake right in the center of the city, with such a romantic landscape.*
THÙY DƯƠNG:	*Do you want to take a walk along the shore, Angela?*
ANGELA:	*Let's go. It'll be such a regret for any tourist who doesn't visit Dalat. Even though I'm not a poet, I still want to write a poem dedicated to this place.*
THÙY DƯƠNG:	*As a matter of fact, many novelists and poets have written about Dalat. A number of well-known musicians have also written some songs about this city.*
ANGELA:	*Do you remember any poem or song that mentions Dalat, Thùy Dương?*
THÙY DƯƠNG:	*Not right now, but gradually I will be able to.*

Vocabulary

ngay	right, exactly	**nhà văn,**	novelist
cảnh trí	landscape, view	**văn sĩ**	
thơ mộng	romantic	**một số**	a number of
ven theo	along (the edge of)	**nhạc sĩ**	musician
bờ	bank, shore	**nổi tiếng**	famous
đáng tiếc	regrettable	**viết**	write
dù	even though	**bài hát,**	song
thi sĩ,	poet	**bản nhạc**	
nhà thơ		**bài thơ**	poem
làm thơ	compose poetry	**nhắc đến**	mention
tặng	offer, dedicate	**từ từ**	slowly, gradually

Language points

Using "thật là" (truly) to form a mild exclamation

- **Hôm nay *thật là* vui.**
  Today is such a happy day.

- **Hôm nay trời *thật là* đẹp.**
  Today the weather's so beautiful.

Using "thật ra (thì)" to express "as a matter of fact"

- ***Thật ra*, tôi không biết nhiều về Đà Lạt.**
  As a matter of fact, I don't know much about Dalat.

- ***Thật ra thì* tôi không muốn gặp họ.**
  In fact, I don't want to meet them.

Using the construction "có ... hay không" to ask a yes–no question

- **Chiều nay họ *có* đến *hay không*?**
  Do they come this afternoon or not?

- **Mary *có* biết nhà hàng nào nổi tiếng ở đây *hay không*?**
  Do you know any famous restaurant here, Mary?

Exercise 1

Use "thật là" or "thật ra" to fill in the blanks. The first one has been done for you.

1 _____ buồn nếu phải đi làm vào ngày chủ nhật.
   ⟶ **Thật là**

2 _____ nhiều người cũng không thích đi làm vào thứ hai.

3 _____ Joanna không thích đi máy bay.

4 Và lại, vé máy bay thường _____ đắt.

Exercise 2

Answer the questions:

1 Angela nghĩ gì về Đà Lạt?

2 Hồ Xuân Hương ở đâu?

3 Cảnh trí của Hồ Xuân Hương như thế nào?

4 Thùy Dương và Angela sẽ đi dạo ở đâu?

5 Angela muốn tặng cho Đà Lạt cái gì?

6 Ai đã viết về Đà Lạt?

7 Thùy Dương sẽ từ từ nhớ ra những gì?

Exercise 3

Make sentences with:

1 quá

2 thật là

3 thật ra (thì)

4 có ... hay không

5 đi dạo

6 dù

7 nhắc đến

8 từ từ

Exercise 4

Translate into English:

1 Angela rất thích Đà Lạt vì cảnh trí ở Đà Lạt rất là thơ mộng.
2 Thùy Dương biết nhiều bản nhạc và bài thơ viết về Đà Lạt.
3 Angela và Thùy Dương sẽ đi thăm nhiều nơi ở Đà Lạt.
4 Họ sẽ đi ăn kem ở nhà hàng Thủy Tạ.

Exercise 5

Translate into Vietnamese:

1 Tourists should visit Dalat in the spring.
2 They always enjoy taking a walk along the shore of Lake Xuân Hương.
3 There are a few hotels near the lake.
4 Dalat is famous for its romantic landscape.
5 Tourists take a lot of pictures to remember this beautiful town.

Dialogue 2

(Audio 2; 15)

Angela và Thùy Dương đi thăm thành phố Sài Gòn
Angela and Thùy Dương visit the city of Saigon

ANGELA:	Thành phố này lớn quá!
THÙY DƯƠNG:	Sài Gòn là thành phố lớn nhất Việt Nam đó.
ANGELA:	Còn Hà Nội thì sao?
THÙY DƯƠNG:	Hà Nội là thành phố lớn thứ nhì.
ANGELA:	Còn Huế?
THÙY DƯƠNG:	Huế lớn thứ ba, sau Sài Gòn và Hà Nội.
ANGELA:	Thùy Dương biết gì về ba thành phố này?
THÙY DƯƠNG:	Hà Nội có từ lâu lắm rồi, còn Huế thì mới hơn, và Sài Gòn mới nhất, được thành lập cách đây khoảng 300 năm thôi.
ANGELA:	Thùy Dương thích thành phố nào nhất?
THÙY DƯƠNG:	Thùy Dương thích Nha Trang nhất.

ANGELA: Tại sao?
THÙY DƯƠNG: Vì Huế, Sài Gòn và Hà Nội đông người quá, trong
                 khi đó Nha Trang ở miền biển xanh cát trắng, dân cư
                 vẫn còn khá thưa thớt.

ANGELA: *This city is so big!*
THÙY DƯƠNG: *Saigon is the biggest city in Vietnam.*
ANGELA: *What about Hanoi?*
THÙY DƯƠNG: *Hanoi is the second largest.*
ANGELA: *And Hue?*
THÙY DƯƠNG: *Hue is the third largest, after Saigon and Hanoi.*
ANGELA: *What do you know about these three cities?*
THÙY DƯƠNG: *Hanoi has existed for a long, long time, while Hue is
                 newer, and Saigon is the newest, only founded about
                 300 years ago.*
ANGELA: *Which city do you like the most?*
THÙY DƯƠNG: *I like Nha Trang the most.*
ANGELA: *Why?*
THÙY DƯƠNG: *Because Hue, Saigon and Hanoi are too crowded,
                 whereas Nha Trang is in a region endowed with a
                 blue ocean and white sand, still sparsely populated.*

Vocabulary

nhất	most, the most, the best	**đông, đông người**	crowded
lớn nhất	biggest, largest	**trong khi đó**	whereas, meanwhile
lớn thứ nhì/ hai	second largest	**miền**	region
lớn thứ ba	third largest	**cát**	sand
sau	after	**dân cư**	population, inhabitants
từ lâu	for a long time	**vẫn còn**	still
mới	new	**khá**	rather, somewhat
thành lập	found, establish	**thưa thớt**	sparse, sparsely
cách đây	ago		

Language points

Superlative constructions with "nhất"

For example:

* **mới** *nhất*   newest
* **trẻ** *nhất*   youngest
* **lạnh** *nhất*   coldest
* **cuốn phim hay** *nhất*   the best movie

* **Tom thích ăn phở** *nhất.*
  Tom likes to eat pho the most.

* **Mary ghét mùa đông ở đây** *nhất.*
  Mary hates winter here the most.

New vocabulary

trẻ	young
ghét	hate

Ordinal numbers

For example:

* **thứ nhất**   the first
* **thứ hai**   the second
* **thứ ba**   the third
* **thứ tư**   the fourth
* **thứ năm**   the fifth
* **thứ sáu**   the sixth

Using "được" to express the passive voice

For example:

* **Angela** *được* **bạn bè quý mến.**
  Angela is cherished by her friends.

* **Angela và Thùy Dương** *được* **mời đi ăn tối.**
  Angela and Thùy Dương were invited to dinner.

NB Được is used when we want to talk about positive things. For negative things, **bị** is used instead.

- **Anh ấy** *bị* **chó cắn.**
  He was bitten by a dog.

- **Họ** *bị* **cướp tối hôm qua.**
  They were robbed last night.

Using "cách đây" to express "ago"

For example:

- **Angela đến Việt Nam** *cách đây* **một tuần.**
  Angela arrived in Vietnam a week ago.

- **Thùy Dương du học ở Mỹ** *cách đây* **ba năm.**
  Thùy Dương studied abroad in America three years ago.

- **Jerry bắt đầu học tiếng Việt** *cách đây* **ba năm.**
  Jerry began to study Vietnamese three years ago.

Talking about different regions in Vietnam

- *miền* **Nam**   South Vietnam
- *miền* **Trung**   Central Vietnam
- *miền* **Bắc**   North Vietnam

 Exercise 6

Use "hơn," "nhất" or "sau" to fill in the blanks. The first one has been done for you.

1 Thành phố Sài Gòn lớn _____ Huế và Hà Nội.
   ⟶ **hơn**

2 Sài Gòn là thành phố lớn _____ ở Việt Nam.

3 Daniel thường uống cà-phê _____ bữa sáng.

4 Cha mẹ tôi thích thành phố Đà Lạt _____ vì Đà
   Lạt đẹp lắm.

5 Quyển "War and Peace" của Leo Tolstoi dài _____
   quyển "Doctor Zhivago" của Boris Pasternak.

Exercise 7

Answer the questions:

1 Thành phố nào lớn nhất Việt Nam?

2 Thành phố nào lớn thứ nhì?

3 Thành phố nào lớn thứ ba?

4 Hà Nội được bao nhiêu tuổi?

5 Huế được bao nhiêu tuổi?

6 Còn Sài Gòn?

7 Thùy Dương thích thành phố nào nhất? Tại sao?

Exercise 8

Translate into English:

Nước Việt Nam có rất nhiều cảnh trí thơ mộng. Du khách thường phải chọn những nơi họ muốn đi thăm. Họ nên du lịch khoảng ba hoặc bốn tuần để đi thăm được một số nơi trong cả ba miền.

Exercise 9

Make sentences with:

1 cách đây   4 biển

2 đông người   5 dân cư

3 trong khi đó

Dialogue 3

(Audio 2; 17)

Angela và Thùy Dương nói chuyện về Đà Lạt và Sài Gòn
Angela and Thùy Dương talk about Dalat and Saigon

ANGELA: Khí hậu của Đà Lạt thật là mát mẻ.

THÙY DƯƠNG: Ừ. Đà Lạt mát mẻ quanh năm, cho nên được coi là một thành phố nghỉ mát và du lịch.

ANGELA:	Cuộc sống ở Đà Lạt cũng có vẻ chầm chậm và thanh bình.
THÙY DƯƠNG:	Đúng là một thành phố lý tưởng, phải không?
ANGELA:	Phải. Ước gì mình được ở đây lâu hơn. Mỗi sáng ngồi uống một tách trà nóng hoặc một cốc sữa đậu nành nóng, rồi đi dạo trong khu vườn còn ướt sương và nghe chim hót trên cây.
THÙY DƯƠNG:	Đà Lạt thật là khác với Sài Gòn, phải không? Sài Gòn thì lúc nào cũng nhộn nhịp, làm mình muốn đi chơi, nghe nhạc sống hoặc khiêu vũ.

ANGELA:	*The climate in Dalat is so fresh and cool.*
THÙY DƯƠNG:	*Yes. It's fresh and cool year round here, that's why it's considered a resort and tourist town.*
ANGELA:	*Life in Dalat also seems kind of slow and peaceful.*
THÙY DƯƠNG:	*A truly ideal city, right?*
ANGELA:	*Right. I wish we could stay here longer. Each morning we could sit and drink a cup of hot tea or a glass of hot soy milk, then take a walk in the garden still wet with dew, and listen to some birds warbling in the trees.*
THÙY DƯƠNG:	*Dalat is so different from Saigon, right? Saigon is always bustling, making you want to go out, to listen to some live music or dancing.*

Vocabulary

khí hậu	climate	**lý tưởng**	ideal
mát mẻ	fresh and cool	**ước gì**	wish
quanh năm	year round	**tách**	cup
cho nên, do đó	therefore	**sữa đậu nành**	soy milk
thành phố nghỉ mát	resort town	**khu**	classifier
		vườn	garden
cuộc	classifier	**ướt**	wet
cuộc sống	life	**sương**	dew
chầm chậm	kind of slow	**chim**	bird
thanh bình	peaceful	**hót**	warble

cây	tree	**nhạc sống**	live music
khác (với)	different (from)	**khiêu vũ,**	dance
lúc nào cũng	always	**nhảy đầm**	
nhộn nhịp	bustling		

Language points

Using "cho nên" to express a logical explanation

- **Tối hôm qua trời mưa *cho nên* hôm nay trời mát.**
  It rained last night, that's why it's cool today.

- **Họ thích đi du lịch *cho nên* họ để dành tiền.**
  They love traveling, that's why they save money.

Using some reduplications (cont.)

For example:

- **chầm chậm** kind of slow
- **nhanh nhanh** kind of fast
- **đoi đói** kind of hungry
- **vui vui** kind of fun

Using "ước gì" to express a wish which is hard to be realized

- ***Ước gì* trời đừng mưa.**
  I wish it weren't raining.

- ***Ước gì* hôm nay là chủ nhật.**
  I wish today were Sunday.

Using "lúc nào cũng" to express "always"

- **Anh ấy *lúc nào cũng* có vẻ buồn.**
  He always seems sad.

- **Mary *lúc nào cũng* bình tĩnh.**
  Mary is always calm.

Exercise 10

Use "cho nên," "lúc nào cũng" and some other words from the vocabulary list of Dialogue 3 to fill in the blanks. The first one has been done for you.

1 Angela rất thích _____ của Đà Lạt. ⟶ **khí hậu**

2 Đà Lạt là một thành phố _____ .

3 Angela muốn đi thăm Việt Nam _____ đã học tiếng Việt.

4 Angela _____ muốn nói tiếng Việt với người Việt.

5 Angela muốn _____ trong _____ còn ướt sương.

6 Ở Sài Gòn Thùy Dương sẽ cùng Angela đi nghe

    _____ .

Exercise 11

Answer the questions:

1 Khí hậu của Đà Lạt như thế nào?

2 Cuộc sống ở Đà Lạt như thế nào?

3 Angela muốn uống gì vào buổi sáng ở Đà Lạt?

4 Sau đó Angela muốn làm gì?

5 Sài Gòn khác Đà Lạt như thế nào?

Exercise 12

Translate into English:

1 Nhiều người rất thích khí hậu của Đà Lạt.

2 Họ cũng thích một cuộc sống chầm chậm và thanh bình.

3 Nhưng cũng có nhiều người thích cuộc sống nhộn nhịp ở Sài Gòn.

4 Họ thích đi chơi, nghe nhạc và nhảy đầm.

Exercise 13

Make sentences with:

1 cho nên
2 lúc nào cũng
3 quanh năm
4 khác với
5 đi dạo
6 ước gì

Hotel Continental in Saigon

Unit Eleven

Khi thanh niên nói chuyện với nhau

When young people have a chat

By the end of this unit you should be able to:

- Use "gốc" to talk about a person's origin or roots
- Use "khi" to express the conjunction "when"
- Use "nhất là" to express "especially"
- Use "ai mà chẳng" to express "who doesn't"
- Use "nói chung" to express "in general"
- Use "đặc biệt là" to express "especially"
- Say the names of the continents

Dialogue 1

(Audio 2; 21)

Thùy Dương và Angela gặp một người bạn cũ của Thùy Dương trong nhà hàng
Thùy Dương and Angela meet an old friend of Thùy Dương's in a restaurant

THÙY DƯƠNG:	Xin giới thiệu với Angela, đây là anh Thái, bạn học cũ của Thùy Dương ở trung học.
ANGELA:	Rất vui được gặp anh.
THÁI:	Rất vui được gặp Angela. Angela là người nước nào?
ANGELA:	Angela là người Mỹ.
THÁI:	Angela sinh ra và lớn lên ở đâu trong nước Mỹ?
ANGELA:	Angela sinh ra ở thành phố Madison, tiểu bang Wisconsin, nhưng lớn lên ở Quận Cam, tiểu bang Ca-li.

THÙY DƯƠNG:	*Can I introduce someone to you, Angela? This is Thái, a former classmate of mine from high school.*
ANGELA:	*Very happy to meet you.*
THÁI:	*It's an honor to know you. What nationality are you, Angela?*
ANGELA:	*I'm an American.*
THÁI:	*Where were you born and raised in America?*
ANGELA:	*I was born in the city of Madison, in the State of Wisconsin, but I grew up in Orange County of the State of California.*

Họ nói chuyện về Sài Gòn Nhỏ ...
They talk about Little Saigon ...

THÁI:	Tôi nghe nói ở đó có Sài Gòn Nhỏ, với mấy trăm ngàn người Mỹ gốc Việt, phải không?
ANGELA:	Phải. Và đi đâu anh Thái cũng thấy bảng hiệu bằng tiếng Việt và nghe nhiều người nói tiếng Việt.
THÁI:	Thảo nào Angela nói tiếng Việt giỏi quá. À này, Angela và Thùy Dương gặp nhau ở đâu vậy?

THÙY DƯƠNG:	Thùy Dương đi du học ở Mỹ và gặp Angela ở một đại học.
THÁI:	Hóa ra vậy. Thùy Dương học ngành gì?
THÙY DƯƠNG:	Kinh doanh.
THÁI:	Còn Angela?
ANGELA:	Kinh tế. Angela gặp Thùy Dương khi đang là sinh viên năm thứ ba.

THÁI:	*I hear that there is Little Saigon there, with hundreds of thousands of Vietnamese Americans, is that right?*
ANGELA:	*Right. And everywhere you go, you can see signboards in Vietnamese and hear a lot of people speak Vietnamese.*
THÁI:	*No wonder you speak Vietnamese so well. By the way, where did Thùy Dương and you meet?*
THÙY DƯƠNG:	*I studied abroad in America and met Angela at university.*
THÁI:	*Is that so? What was your major, Thùy Dương?*
THÙY DƯƠNG:	*Business.*
THÁI:	*And yours, Angela?*
ANGELA:	*Economics. I met Thùy Dương when I was a junior.*

Vocabulary

người bạn cũ	old friend	**bằng**	in, by
bạn học	classmate	**thảo nào**	no wonder
trung học	high school	**nhau**	each other, one another
sinh ra	be born		
lớn lên	grow up	**du học**	study abroad
Quận Cam	Orange County	**đại học**	university
tiểu bang	state	**hóa ra vậy**	is that so
Ca-li	California	**ngành**	major
Sài Gòn Nhỏ	Little Saigon	**kinh doanh**	business
mấy	several	**kinh tế**	economics
gốc	descent, ancestry	**sinh viên**	(university) student
bảng hiệu	signboard	**năm**	year

Language points

Using "gốc" to talk about one's origin or roots

For example:

* **một người Việt *gốc* Hoa**   a Chinese Vietnamese (person)
* **một người Đức *gốc* Pháp**   a French German (person)
* **một người Úc *gốc* Nhật**   a Japanese Australian (person)

New vocabulary

    Hoa   Chinese (ethnicity)

Using "thảo nào" to express "no wonder"

For example:

* **Henry ăn rồi. *Thảo nào* anh ấy không đói.**
  Henry already ate. No wonder he isn't hungry.

* **Tối hôm qua trời mưa lớn. *Thảo nào* hôm nay trời mát quá.**
  It rained heavily last night. Small wonder it's so cool today.

Using "nhau" to express "each other" or "one another"

For example:

* **yêu *nhau***   love each other/one another
* **nói chuyện với *nhau***   chat with each other/one another
* **đi du lịch với *nhau***   travel together
* **ngồi gần *nhau***   sit next to each other

Using "khi" to express the conjunction "when"

For example:

* **Nhớ cởi giày *khi* vào nhà họ nhé.**
  Remember to take off your shoes when going into their house, OK?

- **Nhớ mượn quyển "Voss" của Patrick White *khi* đi thư viện nhé.**
  Remember to check out Patrick White's "Voss" when you go to the library, OK?

New vocabulary

cởi	take off
giày	shoe(s)
mượn	borrow, check out
thư viện	library

Exercise 1

Use words from the language points and the dialogue to fill in the blanks:

1 A: Maria học ba năm tiếng Tây Ban Nha ở trung học.

    B: _____ chị ấy nói tiếng Tây Ban Nha rất hay.

2 _____, Sean có biết Khách sạn Rex ở đâu không?

3 Có nhiều người Mỹ _____ Đức sống ở tiểu bang Wisconsin.

4 Họ đã gặp _____ ở đâu?

New vocabulary

Tây Ban Nha	Spanish, Spain

Exercise 2

Translate into English:

Angela và Thùy Dương là hai người bạn rất thân. Angela là người Mỹ và Thùy Dương là người Việt. Họ gặp nhau khi Thùy Dương đi du học ở Mỹ. Cả hai đã tốt nghiệp đại học và bây giờ đang đi du lịch với nhau. Ở Mỹ, cả hai đã đi thăm nhiều tiểu bang. Còn ở Việt Nam, họ đã đi thăm Hà Nội, Huế và Đà Lạt. Tuần sau họ sẽ đi ra Nha Trang.

New vocabulary

tốt nghiệp	graduate

Exercise 3

Answer the questions:

1 Angela và Thùy Dương là hai người bạn thế nào?

2 Angela là người nước nào?

3 Còn Thùy Dương là người nước nào?

4 Họ gặp nhau ở đâu?

5 Họ đã học xong đại học chưa?

6 Bây giờ họ đang đi đâu?

7 Khi còn ở Mỹ, họ đã đi những đâu?

8 Ở Việt Nam, họ đã đi thăm những nơi nào rồi?

9 Tuần sau họ sẽ đi đâu?

Exercise 4

Make sentences with:

1 người bạn cũ	5 lớn lên
2 bạn học	6 tiểu bang
3 trung học	7 đại học
4 sinh ra	

 Dialogue 2

(Audio 2; 22)

Thùy Dương, Angela và Thái nói chuyện về những thú vui của họ

Thùy Dương, Angela and Thái talk about their hobbies

THÁI:	Angela có những thú vui nào? Angela thường thích làm gì khi rảnh?
ANGELA:	Angela thường đọc sách và nghe nhạc, thỉnh thoảng đi làm việc tình nguyện tại các bệnh viện hoặc trong cộng đồng. Còn anh Thái?
THÁI:	Tôi chỉ thích ngủ. Nói đùa đấy. Thực sự thì tôi mê đá banh.

THÙY DƯƠNG: Thùy Dương chỉ thích xem thôi. Nhất là khi có Cúp Thế Giới.

THÁI: *What kind of hobbies do you have, Angela? What do you usually like to do when free?*
ANGELA: *I usually read books or listen to music, and sometimes volunteer at a hospital or in my community. What about you, Thái?*
THÁI: *I only like to sleep. I'm kidding. In fact, I like playing soccer.*
THÙY DƯƠNG: *I only like to watch. Especially if it's the World Cup.*

Câu chuyện tiếp tục ...
The conversation continues ...

ANGELA: Cúp Thế Giới thì ai mà chẳng mê.
THÁI: Thật không? Tôi tưởng người Mỹ mê banh bầu dục, bóng chày và quần vợt thôi.
ANGELA: Có lẽ Thái nói đúng, nhưng chắc banh cà-na, dã cầu và bóng rổ là những môn thể thao được ưa chuộng nhất. Còn Thùy Dương?
THÙY DƯƠNG: Thùy Dương rất mê đi bơi, rồi sau đó về nhà ngồi đọc một quyển tiểu thuyết hoặc nghe nhạc cổ điển, hoặc chơi vĩ cầm.
THÁI: Vậy Thùy Dương có biết đánh đàn dương cầm không?
THÙY DƯƠNG: Một chút thôi.

ANGELA: *Who isn't crazy about the World Cup?*
THÁI: *Really? I thought Americans only love football, baseball, and tennis.*
ANGELA: *Maybe you're right, but perhaps football, baseball, and basketball are the favorite sports. And how about you, Thùy Dương?*
THÙY DƯƠNG: *I love going for a swim, then afterwards sitting down to read a novel or listen to classical music, or playing the violin.*
THÁI: *Can you also play the piano?*
THÙY DƯƠNG: *A little bit.*

Vocabulary

thú vui	hobby	**quần vợt,** **ten-nít**	tennis
rảnh	free (time)	**có lẽ**	perhaps, maybe
tình nguyện	volunteer (v.)		
bệnh viện (N), **nhà thương** (S)	hospital	**bóng rổ**	basketball
cộng đồng	community	**môn thể thao**	sport
thực sự	in fact	**ưa chuộng**	favorite
mê	crazy, passionate (about)	**bơi**	swim
		nhà	home
nhất là	especially	**tiểu thuyết**	novel, fiction
Cúp Thế Giới	World Cup	**cổ điển**	classical
tưởng	(mistakenly) think	**chơi**	play
		vĩ cầm, **vi-ô-lông**	violin
banh bầu dục/ **cà-na/ Mỹ**	(American) football	**dương cầm,** **pi-a-nô**	piano
bóng chày, **dã cầu**	baseball		

Language points

Using "nhất là" to express "especially"

For example:

- **Tôi thích nhiều ca sĩ lắm,** *nhất là* **Khánh Ly.**
  I like many singers, especially Khánh Ly.

- **Họ thường xem ti-vi,** *nhất là* **vào cuối tuần.**
  They often watch television, especially on weekends.

New vocabulary

ca sĩ	singer
cuối tuần	weekend

Using "ai mà chẳng" to express "who doesn't"

For example:

- *Ai mà chẳng* thích ăn phở.
  Who doesn't like to eat pho?

- *Ai mà chẳng* ghét những người nói láo.
  Who doesn't hate liars?

New vocabulary

nói láo/nói dối	tell lies
người nói láo/	liar
người nói dối	

Using "có lẽ" to express "perhaps"

For example:

- *Có lẽ* họ đã về nhà.
  Perhaps they have gone home.

- *Có lẽ* họ sẽ bay vào Sài Gòn cuối tuần này.
  Perhaps they will fly to Saigon this coming weekend.

 Exercise 5

Use words from the language points and the dialogue to fill in the blanks.
The first one has been done for you.

1 Nhiều người rất ít khi rảnh và không có nhiều _____ .
   ⟶ **thú vui**

2 Vào cuối tuần, tôi thường _____ trong các bệnh viện.

3 Tyson thích môn _____ nào nhất?

4 _____ muốn được chụp ảnh với một người nổi tiếng.

 Exercise 6

Answer the following questions:

1 Angela có những thú vui nào?

2 Thái có những thú vui nào?

3 Thùy Dương có những thú vui nào?

4 Thái nghĩ người Mỹ thích những môn thể thao nào?

Exercise 7

Make sentences with:

1 nhất là

2 ai mà chẳng

3 tưởng

4 thú vui

5 môn thể thao

Dialogue 3

(Audio 2; 24)

Thùy Dương, Angela và Thái nói chuyện về thanh niên Việt Nam

Thùy Dương, Angela and Thái chat about young people in Vietnam

ANGELA:	Thùy Dương và Thái kể cho Angela nghe về lối sống của thanh niên Việt Nam đi.
THÙY DƯƠNG:	Nói chung, họ thích đi uống cà-phê và ăn kem. Họ cũng rất để ý đến thời trang.
THÁI:	Họ thích nghe nhạc Hàn Quốc và xem nhiều phim của nước này.
THÙY DƯƠNG:	Họ rất thích học ngoại ngữ, đặc biệt là Anh ngữ.
THÁI:	Họ muốn đi du học ở Mỹ, Anh, Úc, Pháp, Đức, Nhật, vân vân.

ANGELA:	*Thùy Dương and Thái, tell me about young people's lifestyles in Vietnam.*
THÙY DƯƠNG:	*In general, they enjoy going out for coffee or ice cream. They also pay a lot of attention to fashion.*
THÁI:	*They enjoy South Korean music and movies.*

THÙY DƯƠNG: *They really enjoy learning foreign languages,*
              especially English.
THÁI: *They want to study abroad in America, England,*
              Australia, France, Germany, Japan, etc.

Họ nói chuyện về thanh niên Mỹ
They chat about young people in the USA

THÙY DƯƠNG: Còn thanh niên Mỹ thì sao?
ANGELA: Họ cố gắng thực hiện những ước mơ của họ.
THÁI: Cho một vài thí dụ.
ANGELA: Thí dụ, họ muốn làm chính trị, đi vào kinh doanh,
              hoặc trở thành bác sĩ, kỹ sư, luật sư, giáo sư. Họ
              cũng thích học ngoại ngữ để đi du học hoặc tình
              nguyện giúp người nghèo ở một số quốc gia thuộc
              Châu Á, Châu Phi, Châu Mỹ La Tinh, vân vân.

THÙY DƯƠNG: *And what about young people in America?*
ANGELA: *They try to realize their dreams.*
THÁI: *Give us some examples.*
ANGELA: *For example, they want to enter politics, go into*
              business, or become doctors, engineers, lawyers,
              professors. They also want to study foreign
              languages to go study abroad or volunteer to help
              poor people in a number of nations belonging to Asia,
              Africa, Latin America, etc.

 Vocabulary

thanh niên	young people	**ngoại ngữ, tiếng nước ngoài**	foreign language
kể (cho … nghe)	tell		
lối sống	lifestyle	**đặc biệt (là)**	especially
nói chung	in general, generally speaking	**Anh ngữ, tiếng Anh**	English
để ý đến	pay attention to	**vân vân**	etc.
thời trang	fashion	**thì sao**	how about, what about
Hàn Quốc, Nam Hàn	South Korea	**thực hiện**	realize, carry out

ước mơ	dream	giáo sư	professor
thí dụ, **ví dụ**	(for) example	**quốc gia**	nation
chính trị	politics	**thuộc**	belonging to
đi vào	go into	**châu**	continent
trở thành	become	**Châu Á**	Asia
bác sĩ	doctor	**Châu Phi**	Africa
kỹ sư	engineer	**Châu Mỹ La**	Latin America
luật sư	lawyer	**Tinh**	

Language points

Using "nói chung" to express "in general"

For example:

• *Nói chung*, người Việt Nam rất là thân thiện.
  Generally speaking, Vietnamese people are very friendly.

• *Nói chung*, khí hậu ở Đà Lạt rất tốt cho sức khỏe.
  Generally speaking, the climate in Dalat is really good for one's health.

New vocabulary

thân thiện	friendly
sức khỏe	health

Using "đặc biệt là" to express "especially"

For example:

• **Tôi thích nhiều thi sĩ lắm,** *đặc biệt là* **Thanh Tâm Tuyền.**
  I like many poets, especially Thanh Tâm Tuyền.

• **Họ thường xem ti-vi,** *đặc biệt là* **vào cuối tuần.**
  They often watch television, especially on weekends.

Names of some continents

- *Châu* Úc
  Australia

- *Châu* Mỹ
  the Americas

- *Châu* Âu
  Europe

 Exercise 8

Use "nói chung," "đặc biệt là" and some words from the vocabulary list to fill in the blanks:

1 _____, thanh niên luôn luôn có nhiều _____ khác nhau.

2 Trâm muốn làm _____ nhưng cha mẹ Trâm muốn Trâm đi vào _____ .

   Tracy rất thích học _____ , _____ tiếng Nhật và tiếng Ý.

4 Cũng có nhiều thanh niên Việt không _____ thời trang.

New vocabulary

   tiếng Ý   (the) Italian (language)

 Exercise 9

Answer the following questions:

1 Anh/Chị thích học những ngoại ngữ nào?

2 Anh/Chị thích đi du học ở những nước nào?

3 Anh/Chị có những ước mơ gì?

4 Anh/Chị thích nghe nhạc của những nước nào?

5 Anh/Chị thích xem phim của những nước nào?

Exercise 10

Make sentences with:

1 nói chung

2 đặc biệt là

3 cố gắng

4 trở thành

5 vân vân

Street vendors taking a rest

Unit Twelve
Lên kế hoạch tuần sau

Making travel plans for next week

By the end of this unit you should be able to:

- Use "tốn" to talk about expenses
- Use "được không" to ask about the "possibility of (doing) something"
- Use "nếu không (thì)" to express "if not"
- Talk about some common symptoms and illnesses
- Use "bị" to talk about symptoms and illnesses or negative happenings
- Use "vẫn hơn" to express "there's no harm in"
- Use "trước khi" to express "before something happens/ happened"

Dialogue 1

(Audio 2; 28)

Angela và Thùy Dương lên kế hoạch du lịch cho tuần sau
Angela and Thùy Dương make travel plans for next week

ANGELA:	Kế hoạch tuần sau của chúng mình như thế nào?
THÙY DƯƠNG:	Thứ hai mình sẽ đi tắm biển ở Vũng Tàu.
ANGELA:	Mình có ngủ qua đêm ở đó không?
THÙY DƯƠNG:	Vũng Tàu chỉ cách Sài Gòn khoảng 100 cây số thôi. Sáng đi, tối về lại khách sạn, như vậy cho đỡ tốn tiền.
ANGELA:	Còn thứ ba mình đi đâu?
THÙY DƯƠNG:	Đi thăm một vài thắng cảnh nào đó gần Sài Gòn.
ANGELA:	Và thứ tư mình đi chèo thuyền ở Đầm Sen, được không?
THÙY DƯƠNG:	Được chứ. Còn thứ năm thì nghỉ xả hơi để thứ sáu đi thăm đồng bằng sông Cửu Long và phỏng vấn một vài người nông dân.
ANGELA:	Đồng ý. Và bao giờ mình cần thuê xe?
THÙY DƯƠNG:	Lúc nào cũng có sẵn xe để thuê và cả tài xế nữa. Angela đừng lo.

ANGELA:	*What's our plan for next week?*
THÙY DƯƠNG:	*On Monday we'll go swimming in the sea at Vung Tau.*
ANGELA:	*Will we stay overnight there?*
THÙY DƯƠNG:	*Vung Tau is only about 100 kilometers from Saigon. We leave in the morning, then come back to the hotel at night. We can save some money that way.*
ANGELA:	*And where will we be going on Tuesday?*
THÙY DƯƠNG:	*We'll visit some scenic spots near Saigon.*
ANGELA:	*And can we go canoeing at Dam Sen on Wednesday?*
THÙY DƯƠNG:	*Sure. And we'll rest on Thursday so that on Friday we can visit the Mekong Delta and interview a few farmers.*
ANGELA:	*Agreed. And when do we need to rent a car?*
THÙY DƯƠNG:	*There are always cars for rent, with a chauffeur. You don't have to worry.*

kế hoạch	plan	nào đó	certain
lên kế hoạch	make plans	chèo	row
tắm biển	swim in the sea	thuyền	boat
ngủ qua đêm	stay overnight	nghỉ xả hơi	take a break, rest
cây số	kilometer		
cho	for (the purpose of)	đồng bằng	delta
		phỏng vấn	interview
đỡ	less	nông dân	farmer
tốn	cost	sẵn	available

🔍 Language points

Using "cho" to express "for (the purpose of)"

For example:

- **Chúng ta đi xem phim *cho* vui.**
  Let's go to the movies for fun.

- **Mình ăn *cho* no đi.**
  Let's eat until we're full.

Using "tốn" to talk about expenses

For example:

- **Đi du lịch *tốn* rất nhiều tiền.**
  Traveling costs a lot of money.

- **Đi học ở đại học này sẽ *tốn* khoảng ba mươi nghìn/ngàn đô một năm.**
  Attending this university will cost about thirty thousand dollars a year.

- **Đi bộ cho đỡ *tốn* tiền.**
  Let's walk to save some money.

Using "nào đó" to express "unspecified or unknown"

For example:

- **Chúng ta sẽ gặp lại nhau vào một ngày *nào đó*.**
  We will meet again someday.

- **Alice đang nói chuyện với một người *nào đó* trên điện thoại.**
  Alice is speaking to someone on the phone.

Using "được không" to ask about the "possibility of (doing) something"

For example:

- **Chúng ta sẽ đi xem xi-nê vào chủ nhật này, *được không?***
  Can we go to the movies this Sunday?

- **Mình ngồi đây nói chuyện với nhau, *được không?***
  Can we sit here and chat?

Exercise 1

Use the constructions from the language points to fill in the blanks. The first one has been done for you.

1 Mua nhà sẽ _____ rất nhiều tiền. ⟶ **tốn**

2 Tôi đói quá. Mình đi tìm một nhà hàng _____ để ăn đi.

3 Mình ăn trưa ở nhà hàng này, _____ được không?

4 Mình nên gọi xe tắc-xi về khách sạn _____ nhanh vì trời sắp tối rồi.

Exercise 2

Answer the following questions:

1 Thứ hai Angela và Thùy Dương sẽ đi đâu?

2 Họ có ngủ qua đêm ở Vũng Tàu không? Tại sao?

3 Thứ ba họ sẽ đi đâu?

4 Thứ tư họ sẽ đi đâu?

5 Thứ năm họ sẽ làm gì?

6 Thứ sáu họ sẽ đi đâu và sẽ làm gì ở đó?

7 Bao giờ họ cần thuê xe?

Exercise 3

Complete these sentences. The first one has been done for you.

1 Nước _____ ở Vũng Tàu rất ấm, cho nên tắm vào mùa nào cũng được. ——→ **biển**

2 Thùy Dương và Angela sẽ đi Vũng Tàu vào _____ tuần sau.

3 Vũng Tàu ở gần _____ , chỉ cách thành phố này khoảng 100 cây số thôi.

4 Họ sẽ về ngủ ở khách sạn cho đỡ _____ .

5 Họ sẽ đi thăm một vài thắng cảnh nào đó gần Sài Gòn vào

   _____ .

6 Thứ tư họ sẽ đi _____ ở Đầm Sen.

7 Khi đi thăm đồng bằng sông Cửu Long, họ sẽ _____ một vài người nông dân.

8 Angela không cần lo vì lúc nào cũng có sẵn xe để

   _____ .

Exercise 4

Make sentences with:

1 du lịch   3 nông dân

2 thắng cảnh   4 bao giờ

Dialogue 2

(Audio 2; 29)

Angela và Thùy Dương tiếp tục nói chuyện về tuần sau

Angela and Thùy Dương continue to talk about next week

ANGELA:	Thế còn cuối tuần sau?
THÙY DƯƠNG:	Sáng thứ bảy mình nên đi dạo quanh Sài Gòn, vào xem tranh trong một vài phòng triển lãm nghệ thuật.

ANGELA: Rồi sau đó?
THÙY DƯƠNG: Về khách sạn ăn trưa rồi ngủ trưa. Nếu không thì đi
                uống nước mía.
ANGELA: Rồi sau đó?
THÙY DƯƠNG: Đi thăm một vài viện bảo tàng hoặc đi Sở Thú.
ANGELA: Sở Thú có lớn không?
THÙY DƯƠNG: Không lớn lắm, nhưng chắc cũng có một vài con thú
                hiếm.
ANGELA: Nghe cũng hấp dẫn. Thế còn chủ nhật?
THÙY DƯƠNG: Ở trong phòng khách sạn, mở máy lạnh và nằm
                thưởng thức một vài chương trình truyền hình Hàn
                Quốc.

ANGELA: *What about next weekend?*
THÙY DƯƠNG: *Saturday morning we should take a stroll around*
                Saigon, taking in some paintings in a few art
                galleries.
ANGELA: *And after that?*
THÙY DƯƠNG: *We'll go back to the hotel to have lunch and then*
                take a nap. If not, we can go drink sugar cane juice.
ANGELA: *And then?*
THÙY DƯƠNG: *We can visit a few museums or go to the zoo.*
ANGELA: *Is it a big zoo?*
THÙY DƯƠNG: *Not very big, but perhaps there are a few rare*
                animals.
ANGELA: *That sounds interesting. And what about Sunday?*
THÙY DƯƠNG: *We'll stay in our hotel room, turn on the AC and lie*
                down and enjoy a few South Korean TV programs.

Vocabulary

phòng triển lãm nghệ thuật	art gallery	**thú**	animal
nước mía	sugar cane juice	**hiếm**	rare
viện bảo tàng	museum	**hấp dẫn**	interesting
sở thú, **thảo cầm viên**	zoo	**mở**	turn on, open
		nằm	lie (in bed)
con	classifier, mostly for animals	**thưởng thức**	enjoy

 Language points

Using "nếu không (thì)" to express "if not"

For example:

• **Mình phải chạy.** *Nếu không (thì)* **mình sẽ lỡ chuyến xe buýt.**
  We must run. If not, we will miss our bus.

• **Để đèn mà đọc sách.** *Nếu không (thì)* **tắt đèn đi.**
  Leave the light on to read. If not, just turn it off.

New vocabulary

chạy	run
lỡ	miss
để	leave
tắt	turn off

Using "thưởng thức" to express "enjoy"

For example:

• *thưởng thức* **một quyển/cuốn truyện hay**
  enjoy a good novel

• *thưởng thức* **một bản nhạc**
  enjoy a song

• *thưởng thức* **những món ăn Việt Nam**
  enjoy Vietnamese dishes

 Exercise 5

Use the constructions from the language points to fill in the blanks. The first one has been done for you.

1 Mình nên ăn no, rồi đi chơi _____ sẽ đói. ⟶
   nếu không

2 Tôi chỉ thích nằm _____ xem ti-vi khi trời mưa.

3 Alex nên gọi xe tắc-xi _____ sẽ lỡ chuyến bay.

4 Dorothy rất thích _____ các món ăn Việt Nam.

Exercise 6

Answer the following questions:

1 Sáng thứ bảy tuần sau Angela và Thùy Dương sẽ đi đâu?
2 Họ sẽ ăn trưa ở đâu?
3 Sau đó họ sẽ làm gì?
4 Angela có thích đi Sở Thú không?
5 Chủ nhật họ sẽ làm gì?

Exercise 7

Make sentences with:

1 nếu không thì
2 thưởng thức
3 chủ nhật
4 chương trình truyền hình

Dialogue 3

(Audio 2; 31)

Angela và Thùy Dương phải thay đổi kế hoạch
Angela and Thùy Dương have to change their plans

ANGELA:	Chắc là mình phải thay đổi kế hoạch cho ngày mai rồi. Angela cảm thấy nhức đầu và hơi chóng mặt.
THÙY DƯƠNG:	Angela có cần đi khám bác sĩ không?
ANGELA:	Không sao đâu. Angela nghĩ là Angela không bị bệnh, chỉ bị kiệt sức thôi. Nằm nghỉ cả ngày hôm nay và ngày mai là sẽ khỏe lại.
THÙY DƯƠNG:	Có lẽ mình vẫn cứ nên đi bác sĩ. Thùy Dương nghe nói có một số người đã bị cúm gà hoặc cúm heo đó. Cẩn thận vẫn hơn.
ANGELA:	Thùy Dương nói đúng.
ANGELA:	*Perhaps we have to change our plans for tomorrow. I have a headache and feel a little dizzy.*

THÙY DƯƠNG:	*Do you need to see a doctor?*
ANGELA:	*It's not that serious. I don't think I'm sick. It's just exhaustion, that's all. A lot of rest today and tomorrow, and I'll be fine.*
THÙY DƯƠNG:	*Perhaps we should still go see a doctor. I've heard that several people have come down with either avian flu or swine flu. There's no harm in taking precautions.*
ANGELA:	*You're right.*

Ở phòng mạch bác sĩ ...
At the doctor's office ...

BÁC SĨ:	Cô không bị sao cả. Chỉ cần uống thuốc trị nhức đầu rồi nằm nghỉ. Nhớ ăn một chút gì đó trước khi uống thuốc.
ANGELA:	Cám ơn bác sĩ.
BÁC SĨ:	Không có chi. Và nhớ ăn uống cẩn thận. Đã có vài du khách phải đến đây với những triệu chứng như là đau bụng, tiêu chảy hoặc trúng thực.
THÙY DƯƠNG:	Cám ơn lời khuyên của bác sĩ. Chúng cháu nên tránh ăn rau sống hoặc uống nước đá, phải không ạ?
BÁC SĨ:	Nếu có thể được.

DOCTOR:	*You're fine. You only need to take some pain reliever for your headache and lie down to rest. Remember to get some food before taking the medication.*
ANGELA:	*Thank you, Doctor.*
DOCTOR:	*You're welcome. And try to be careful about what you eat and drink. There have been a few tourists who had to come here with such symptoms as stomach ache, diarrhea and food poisoning.*
THÙY DƯƠNG:	*Thank you for your advice, Doctor. We should avoid eating raw vegetables and drinking ice water, is that right?*
DOCTOR:	*If you can.*

Vocabulary

nhức đầu	headache	**không bị sao**	fine, OK
chóng mặt	dizzy	**thuốc**	medicine, medication
khám	examine		
đi khám bác sĩ	go to the doctor	**trị**	treat
		trước khi	before
không sao đâu	it's not serious; it's OK; never mind	**triệu chứng**	symptom
		đau bụng	stomach ache
		tiêu chảy	diarrhea
bị	suffer from	**trúng thực/ ngộ độc thức ăn**	food poisoning
bệnh	sick		
kiệt sức	exhaustion		
cúm gà	avian flu	**lời khuyên**	advice
cúm lợn (N), **cúm heo** (S)	swine flu	**tránh**	avoid
		rau sống	raw vegetables
cẩn thận	careful(ly)	**nước đá**	ice water

Language points

Some common symptoms and illnesses

- **sốt**   fever
- **cảm**   cold
- **cúm**   flu
- **sổ mũi**   runny nose
- **đau lưng**   backache
- **ăn không tiêu** indigestion
- **sốt rét**   malaria

Using "bị" to talk about symptoms and illnesses or negative happenings

For example:

- **Tôi đang *bị* sốt.**
  I have a fever.

- **Tom đang *bị* cảm.**
  Tom has a cold.

- **Tôi *bị* lạc đường.**
  I've lost my way.

- **Năm ngoái họ *bị* tai nạn.**
  Last year they had an accident.

New vocabulary

năm ngoái	last year
tai nạn	accident

Using "vẫn hơn" to express "there's no harm in"

For example:

- **Đóng cửa sổ vào buổi tối *vẫn hơn*.**
  There's no harm in shutting the window at night.

- **Chờ đến sáng mai rồi lái xe đi *vẫn hơn*.**
  There's no harm in waiting until tomorrow morning to hit the road.

Using "trước khi" to express "before + verb phrase"

For example:

- ***Trước khi* ăn tối, chúng tôi thường đi dạo.**
  Before having dinner, we usually take a walk.

- ***Trước khi* đi thư viện, họ đi uống cà-phê.**
  Before going to the library, they went to a coffee shop.

NB Trước is used instead of **trước khi** in the structure "before + noun phrase."

For example:

- ***Trước* bữa tối, chúng tôi thường đi dạo.**
  Before dinner, we usually take a walk.

- **Họ về khách sạn *trước* mười một giờ đêm.**
  They got back to the hotel before 11 p.m.

Exercise 8

Use some words from the vocabulary list to fill in the blanks. The first one has been done for you.

1 Nếu bị sốt thì nên _____ ngay. ⟶
   đi khám bác sĩ

2 Khi đi du lịch, mình nên ăn uống _____
   để tránh bị bệnh.

3 Nói chung, mình không nên ăn _____ hoặc uống

   _____ .

4 Mình nên theo _____ của bác sĩ.

Exercise 9

Translate the following sentences into Vietnamese:

1 I need to see a doctor.

2 I have a headache.

3 I feel a little dizzy.

4 I think I have a fever.

5 Thank you for your advice, Doctor.

Exercise 10

Make sentences with:

1 cảm thấy

2 du khách

3 cẩn thận

4 lời khuyên

A piece of artwork showcasing Hoi An

Unit Thirteen
Một ngày ở bãi biển
A day at the beach

By the end of this unit you should be able to:

- Make a suggestion, using "hãy"
- Use "trước" to express "first"
- Use "lỡ" to express "in case"
- Express "how long (up till now)," using "bao lâu rồi"
- Use "kể cả" to express "including"
- Use "hồi nào" to express "when" for things that already happened
- Express "how much longer," using "bao lâu nữa"

Dialogue 1

 (Audio 2; 34)

Angela và Thùy Dương đi bơi ở bãi biển Nha Trang với một người bạn

Angela and Thuy Duong go for a swim at a beach in Nha Trang with a friend

THÙY DƯƠNG:	Nước biển ấm lắm. Hãy xuống bơi đi các bạn.
ANGELA:	Angela muốn phơi nắng trước.
THẾ NAM:	Cẩn thận nghe Thùy Dương. Đừng bơi ra xa, lỡ có sóng lớn.
ANGELA:	Cuộc sống ở đây thanh bình quá. Thế Nam may mắn thật.
THẾ NAM:	Nhưng thanh niên thường muốn đi đây đi đó, chứ không muốn sống mãi ở một nơi.
ANGELA:	Thế Nam muốn đi đâu?
THẾ NAM:	Đi du học, rồi du lịch vòng quanh thế giới.
ANGELA:	Còn Angela chỉ muốn nằm ở đây, trên cát, ngắm trời xanh, mây trắng, những hòn đảo xa xa, những con chim hải âu và những chiếc thuyền đánh cá.
THẾ NAM:	Angela trở thành thi sĩ rồi đó. Kìa, Thùy Dương đang ngoắc tay gọi mình xuống bơi kìa.
ANGELA:	Nào thì bơi.

THÙY DƯƠNG:	*The water is really warm. Come on down and swim.*
ANGELA:	*I want to sunbathe first.*
THẾ NAM:	*Be careful, Thùy Dương. Don't swim too far out, in case there are big waves.*
ANGELA:	*Life here is so peaceful. You're fortunate indeed, Thế Nam.*
THẾ NAM:	*But young adults usually want to go places, for surely they don't want to live in one place forever.*
ANGELA:	*Where would you want to go?*
THẾ NAM:	*I want to study abroad, and then travel around the world.*
ANGELA:	*As for me, I only want to lie here on the sand, looking up at the blue sky and the white clouds, the islands in the distance, the seagulls and the fishing boats.*

THẾ NAM: *You've become a poet already. Look, Thùy Dương is waving to us telling us to come down for a swim.*

ANGELA: *OK, let's swim.*

Vocabulary

bãi biển	beach	**mây**	cloud
phơi nắng	sunbathe	**hòn**	classifier
lỡ	in case	**đảo**	island
sóng	wave	**xa xa**	in the distance
may mắn	fortunate	**hải âu**	seagull
thật	indeed	**đánh cá**	fishing
đi đây đi đó	go places	**kìa**	look
chứ	for surely	**ngoắc tay** (S),	wave
mãi	forever	**vẫy tay** (N)	
vòng quanh	around		

Language points

Using "hãy" to make a suggestion

For example:

- **Chúng ta *hãy* ăn sáng ở khách sạn.**
  Let's eat breakfast in the hotel.

- **Mình *hãy* ghé vào thư viện này một chút.**
  Let's step into this library for a minute.

New vocabulary

ghé vào   go into

Using "trước" to express "first"

For example:

- **Chúng ta hãy ăn sáng *trước*.**
  Let's eat breakfast first.

- **Họ cần nước uống *trước*.**
  They need drinking water first.

Using "lỡ" to express "in case"

For example:

- **Nhớ mang theo ô/dù, *lỡ* trời mưa.**
  Remember to bring an umbrella, in case it rains.

- **Mình phải cố gắng để dành tiền, *lỡ* bị thất nghiệp.**
  We have to try to save some money, in case we are unemployed.

New vocabulary

ô (N), **dù** (S)	umbrella
thất nghiệp	unemployed

Using "thật" to express "indeed"

For example:

- **Không có gì để làm thì chán *thật*.**
  When there's nothing to do, it's boring indeed.

- **Phải bán nhà thì buồn *thật*.**
  If you have to sell your house, it's sad indeed.

New vocabulary

làm	do
chán	boring, bored

Using "chứ" to express "for surely ..."

- **Ngồi xuống nghỉ đi, *chứ* đứng lâu mỏi chân lắm.**
  Sit down and rest, for surely standing for a long time will make your legs sore.

- **Hôm nay mình đi ăn nhà hàng đi, *chứ* nấu cơm thì mất cả ngày.**
  Let's eat out today, for surely cooking will take up the whole day.

New vocabulary

nấu	cook
nấu cơm	prepare a meal

Using "nào thì" to express "OK, let's (do something)"

For example:

* *Nào thì* đi vào.
  OK, let's go in.

* *Nào thì* bắt đầu.
  OK, let's begin.

Using "kìa" to emphasize what one is saying

For example:

* **Loan đang chờ mình *kìa*.**
  Loan's waiting for us.

* **Xe buýt đến rồi *kìa*.**
  The bus is coming.

Exercise 1

Use some words from the language points to fill in the blanks. The first one has been done for you.

1 Chiều nay chúng ta _____ đi uống cà-phê đi.
   ⟶ **hãy**

2 Quyển/Cuốn sách này dài _____ .

3 Mình phải đi chơi, _____ ở trong khách sạn cả ngày
   thì không phải là đi du lịch.

4 _____ thì đi chơi. Nhưng đi đâu?

5 Nhớ mang theo tiền, _____ mình muốn đi tắc-xi.

6 Mình nên ăn sáng trong khách sạn _____ .

7 Xe tắc-xi đang chờ mình _____ .

Exercise 2

Answer the following questions:

1 Hùng là ai?

2 Angela, Thùy Dương và Hùng đang ở đâu?

3 Nước biển ấm hay lạnh?

4 Angela có muốn xuống bơi không? Tại sao?

5 Tại sao Thùy Dương không nên bơi ra xa?

6 Cuộc sống ở Nha Trang như thế nào?

7 Hùng nói gì về thanh niên?

8 Hùng muốn đi đâu?

9 Còn Angela muốn làm gì?

10 Tại sao Thùy Dương đang ngoắc tay?

Exercise 3

Make sentences with:

1 cuộc sống

2 thanh niên

3 thế giới

4 trở thành

Dialogue 2

(Audio 2; 35)

Vẫn ở bãi biển Nha Trang …

Still at the beach in Nha Trang …

THÙY DƯƠNG:	Bây giờ hai bạn muốn làm gì?
ANGELA:	Angela muốn chèo thuyền ra những hòn đảo ngoài kia.
THẾ NAM:	Từ đây ra đó xa lắm, mình phải đi bằng tàu.
ANGELA:	Ở đảo có những gì để xem, Thế Nam?
THẾ NAM:	Có một đảo toàn là khỉ. Còn một đảo có đà điểu cho mình cưỡi.
ANGELA:	Có chỗ nào để mình lặn xuống xem cá không?
THẾ NAM:	Có chứ. Có một đảo san hô ngoài đó.
ANGELA:	Vậy mình đi nhé.
THẾ NAM:	Nếu cả hai bạn muốn đi.
THÙY DƯƠNG:	Đi thì đi, sợ gì.

THÙY DƯƠNG: *Now what do you two want to do?*

ANGELA: *I want to row a boat out to those islands out there.*

THẾ NAM: *It's really far from here, we have to take a boat.*

ANGELA: *What is there to see on the islands, Thế Nam?*

THẾ NAM: *There is one island full of monkeys. There is another one where we can ride ostriches.*

ANGELA: *Is there any spot where we can dive and watch the fish?*

THẾ NAM: *Sure. There is a coral island out there.*

ANGELA: *So let's go.*

THẾ NAM: *If both of you want to go.*

THÙY DƯƠNG: *OK, let's go. What is there to be afraid of?*

Vocabulary

ngoài kia/đó	out there	**đà điểu**	ostrich
tàu	ship	**cưỡi**	ride
toàn là	full of	**lặn**	dive
khi	monkey	**san hô**	coral

Language points

Using "toàn là" to express "full of"

For example:

- **Thành phố này *toàn là* khách du lịch, khách sạn và nhà hàng.**
  This city is full of tourists, hotels and restaurants.

- **Thực đơn có *toàn là* các món ăn Việt.**
  The menu is filled with Vietnamese dishes.

Using "thì" to express "OK, let's (do something)"

For example:

- **Ăn *thì* ăn.**
  OK, let's eat.

- Về *thì* về.
OK, let's go home.

Using "gì" after "sợ" or "lo" to express "What is there to be ... about?"

- Sợ *gì.*
What is there to be afraid of?

- Lo *gì.*
What is there to be worried about?

Exercise 4

Use words from the language points and the dialogue to fill in the blanks. The first one has been done for you.

1 Ai không biết bơi thì đừng nên _____ thuyền.
   ⟶ **chèo**

2 Có năm hòn đảo ở _____ .

3 Tôi rất _____ khì. Nhưng đi _____ đi.

4 Thực đơn có _____ món ăn Pháp, mà tôi lại thích ăn phở.

Exercise 5

Answer the following questions:

1 Ai muốn chèo thuyền ra đảo?
2 Tại sao họ không chèo thuyền được?
3 Có mấy hòn đảo ngoài đó?
4 Họ sẽ làm gì tại mỗi hòn đảo?

Exercise 6

Translate the following sentences into Vietnamese:

1 Can we row a boat out to that island, Hùng?
2 I love watching the fish.
3 I can swim but I don't know how to dive.
4 Let's go to another beach tomorrow.

Dialogue 3

(Audio 2; 36)

Angela, Thùy Dương và Thế Nam gặp một cặp vợ chồng trẻ người Úc ở bãi biển

Angela, Thùy Dương and Thế Nam meet a young married couple from Australia on the beach

MARY:	Tên tôi là Mary. Chồng tôi tên là Dan. Chúng tôi biết nói một chút tiếng Việt.
ANGELA:	Hân hạnh được gặp Mary và Dan. Xin giới thiệu với hai bạn, đây là Thùy Dương và Thế Nam.
THÙY DƯƠNG:	Rất vui được gặp hai bạn.
THẾ NAM:	Chào Mary. Chào Dan.
DAN:	Rất vui được gặp các bạn.
ANGELA:	Hai bạn đã đi nhiều nơi chưa?
DAN:	Chúng tôi đã ghé thăm khoảng mười thành phố rồi, kể cả Huế, Hà Nội và Sài Gòn.
THẾ NAM:	Hai bạn học tiếng Việt được bao lâu rồi?
MARY:	Khoảng một năm rồi.

MARY:	*My name's Mary. My husband's name is Dan. We can speak a little Vietnamese.*
ANGELA:	*Pleased to meet you, Mary and Dan. Let me introduce my friends to the two of you. This is Thùy Dương and this is Thế Nam.*
THÙY DƯƠNG:	*Very pleased to meet the two of you.*
THẾ NAM:	*Hello Mary. Hi Dan.*
DAN:	*Very delighted.*
ANGELA:	*Have both of you been to many places?*
DAN:	*We have visited about ten cities, including Hue, Hanoi and Saigon.*
THẾ NAM:	*How long have you been learning Vietnamese?*
MARY:	*About a year.*

Câu chuyện tiếp tục …
The conversation continues …

ANGELA:	Hai bạn thích thành phố nào nhất?
MARY:	Dĩ nhiên là Nha Trang, với những bãi biển thật thơ mộng.
THẾ NAM:	Hai bạn đến Việt Nam hồi nào và sẽ ở Việt Nam bao lâu nữa?
DAN:	Chúng tôi đến Việt Nam cách đây một tháng. Có lẽ chúng tôi sẽ ở đây thêm hai tuần nữa, rồi sau đó chúng tôi sẽ đi thăm Lào, Thái Lan và Trung Quốc.
THÙY DƯƠNG:	Khi nào các bạn sẽ trở về Úc?
MARY:	Chúng tôi chưa biết.

ANGELA:	*Which city do you two like the most?*
MARY:	*Of course, it's Nha Trang, with these romantic beaches.*
THẾ NAM:	*When did you two come to Vietnam and how long will you be staying here?*
DAN:	*We came here a month ago. Perhaps we'll be here for two more weeks, after that we'll travel to Laos, Thailand and China.*
THÙY DƯƠNG:	*When will you go back to Australia?*
MARY:	*We don't know yet.*

 Vocabulary

cặp	pair, couple	**hồi nào** (S)	when (past)
cặp vợ chồng	married couple	**bao lâu nữa**	how much longer
ghé thăm	visit for a short time	**Lào**	Laos
		Thái Lan	Thailand
kể cả	including	**Trung Quốc**	China
bao lâu rồi	how long (up till now)	**trở về**	return, go back

Language points

Using "bao lâu rồi" to express "how long (up till now)"

For example:

- **Mary học tiếng Việt được *bao lâu rồi*?**
  How long has Mary been studying Vietnamese?

- **Gia đình Hải sống ở Anh được *bao lâu rồi*?**
  How long has Hải's family been living in England?

Using "kể cả" to express "including"

For example:

- **Rất nhiều du khách thích Nha Trang, *kể cả* Mary và Dan.**
  Many tourists like Nha Trang, including Mary and Dan.

- **Mary thích học nhiều ngoại ngữ, *kể cả* tiếng Việt và tiếng Nhật.**
  Mary likes to learn many foreign languages, including Vietnamese and Japanese.

Using "hồi nào" to express "when" for things that already happened

For example:

- **Dan bắt đầu học tiếng Việt *hồi nào*?**
  When did you begin to learn Vietnamese, Dan?

- **Gia đình Duyên di cư sang Mỹ *hồi nào*?**
  When did Duyên's family immigrate to America?

New vocabulary

di cư	immigrate

Using "bao lâu nữa" to express "how much longer"

For example:

* **Angela sẽ ở Việt Nam *bao lâu nữa*?**
  How much longer will Angela be staying in Vietnam?

* **Tôi sẽ phải ngồi ở đây chờ họ *bao lâu nữa*?**
  How much longer will I have to sit here waiting for them?

 ## Exercise 7

Use the expressions from the language points to fill in the blanks. The first one has been done for you.

1 Họ mua xe ô-tô/hơi _____ ? ⟶ **hồi nào**

2 _____ chúng ta sẽ đi thăm nước Ý?

3 Mary và Dan không biết họ sẽ ở Việt Nam _____ .

4 Tôi đã đi thăm Huế _____ ba tuần.

5 Mary và Dan học tiếng Việt được _____ ?

6 Mary và Dan sẽ học tiếng Việt _____ ?

7 Thùy Dương biết nói ba ngoại ngữ, _____ tiếng Anh.

 ## Exercise 8

Answer the following questions:

1 Anh/Chị bắt đầu học tiếng Việt hồi nào?

2 Khi nào anh/chị sẽ đi thăm Việt Nam?

3 Anh/Chị tính ở Việt Nam bao lâu?

4 Anh/Chị sẽ đi thăm những thành phố nào?

 ## Exercise 9

Make sentences with:

1 khi nào

2 hồi nào

3   bao lâu
4   bao lâu rồi
5   bao lâu nữa
6   cách đây
7   kể cả

Taking a walk on the beach

Unit Fourteen

Trở về Hà Nội và chào tạm biệt

Returning to Hanoi and saying goodbye

By the end of this unit you should be able to:

- Use "cả … đều" to express "both" or "all"
- Use "vì vậy" to express "therefore"
- Express "just the other day," using "mới ngày nào"
- Use "nếu thế" to express "if so"
- Wish somebody something, using "chúc"
- Use "thứ tiếng" when referring to "language(s)"
- Use "(giống) như" to express "be like"

Dialogue 1

(Audio 2; 40)

Thùy Dương kể cho Angela nghe về truyền thuyết Hồ Gươm
Thùy Dương tells Angela the legend of Sword Lake

ANGELA: Tại sao Hồ Gươm còn được gọi là Hồ Hoàn Kiếm?

THÙY DƯƠNG: Thật ra cả hai đều nói về một truyền thuyết.

ANGELA: Nếu Thùy Dương biết truyền thuyết đó thì kể cho mình nghe đi.

THÙY DƯƠNG: Ngày xưa Thần Kim Qui cho Vua Lê Lợi mượn gươm thần để chống quân nhà Minh.

ANGELA: "Kim Qui" là gì?

THÙY DƯƠNG: "Kim Qui" là một từ Hán Việt, có nghĩa là con rùa vàng.

ANGELA: Thùy Dương kể tiếp đi.

THÙY DƯƠNG: Sau khi lên làm vua, Lê Lợi đi thuyền trên hồ này. Bỗng nhiên Thần Kim Qui hiện lên và đòi Vua trả lại kiếm thần. Vì vậy, Vua đặt tên cho hồ này là Hồ Hoàn Kiếm. Vua cũng cho xây Tháp Rùa ở giữa hồ để nhớ ơn Thần Kim Qui.

ANGELA: *Why is "Hồ Gươm" also called "Hồ Hoàn Kiếm"?*

THÙY DƯƠNG: *In fact, both relate to the same legend.*

ANGELA: *If you know that legend, then please tell me the story.*

THÙY DƯƠNG: *A long time ago, the deity of Kim Qui lent King Le Lo his magic sword so that he could fight against the Minh armies.*

ANGELA: *What is "Kim Qui"?*

THÙY DƯƠNG: *"Kim Qui" is a Sino-Vietnamese expression, meaning the Golden Turtle.*

ANGELA: *Continue your story.*

THÙY DƯƠNG: *When he became king, Le Loi sailed on the lake. Suddenly the Golden Turtle appeared and demanded that the king return the magic sword to him. Therefore, the king named it "Lake of the Restored Sword." He also had the Turtle Tower built in the middle of the lake to honor the Deity of the Golden Turtle.*

Vocabulary

Hồ Gươm	Sword Lake	**rùa**	turtle
truyền thuyết	legend	**vàng**	golden
ngày xưa	a long time ago, once upon a time	**tiếp**	continue
		lên làm vua	become king
thần	deity	**bỗng nhiên**	suddenly
Kim Qui	Golden Turtle	**hiện lên**	appear
vua	king	**đòi**	demand
cho mượn	loan, lend	**trả lại**	return, give back
gươm/kiếm thần	magic sword	**vì vậy**	therefore
		đặt tên	name (v.)
chống	fight against	**cho xây**	have something built
quân	army, soldiers		
nhà Minh	Minh dynasty	**tháp**	tower
từ	word	**giữa**	in the middle of
Hán Việt	Sino-Vietnamese	**nhớ ơn**	honor, commemorate
có nghĩa là	mean		

Language points

Using "cả ... đều" to express "both" or "all"

For example:

- *Cả* Angela và Thùy Dương *đều* thích Nha Trang.
  Both Angela and Thùy Dương like Nha Trang.

- *Cả* bốn người *đều* thích ăn các món ăn Nhật.
  All four of them like to eat Japanese food.

Using "vì vậy" to express "therefore"

For example:

- Hôm qua trời mưa to, *vì vậy* họ không đi xem phim.
  Yesterday it rained heavily, therefore they didn't go to the movies.

- Maria bị bệnh, *vì vậy* Maria không đi học.
  Maria was sick, therefore she didn't go to school.

New vocabulary

to   big, heavily

Exercise 1

Translate the questions into English and then answer them in Vietnamese:

1 Lê Lợi là ai?
2 Ai cho Lê Lợi mượn gươm thần?
3 Tại sao Lê Lợi cần gươm thần?
4 Lê Lợi đi đâu sau khi lên làm vua?
5 Thần Kim Qui hiện lên và đòi lại cái gì?
6 Sau đó Lê Lợi đặt tên gì cho hồ này?
7 Lê Lợi cho xây Tháp Rùa ở giữa hồ để làm gì?

Exercise 2

Make sentences with:

1 tại sao
2 nếu
3 vì vậy
4 ngày xưa

Exercise 3

Fill in the blanks with the words provided. The first one has been done for you.

nhớ ơn	đặt tên	truyền thuyết	thuyền	Hán Việt

1 Tôi rất thích đọc các _____ của Việt Nam. ⟶
   truyền thuyết
2 Tại sao thành phố này được _____ là Hà Nội?
3 Tiếng Việt có nhiều từ _____ không?
4 Người Việt thường làm gì để _____ Lê Lợi?

Dialogue 2

(Audio 2; 41)

Thùy Dương tiễn Angela ở sân bay
Thùy Dương sees Angela off at the airport

THÙY DƯƠNG: Mới ngày nào Angela đến đây và mình bắt đầu
             chuyến du lịch của mình, vậy mà đã gần một tháng
             rồi đó.

ANGELA: Và còn nhiều nơi mình chưa đi.

THÙY DƯƠNG: Lần sau Angela nhớ sắp xếp để ở lại lâu hơn nhé.

ANGELA: Dĩ nhiên rồi. Có lẽ phải cả một mùa hè.

THÙY DƯƠNG: Nếu được vậy thì tuyệt quá.

ANGELA: Nhưng chắc cũng phải vài năm nữa. Angela phải đi
             làm và để dành thật nhiều tiền.

THÙY DƯƠNG: Không cần nhiều lắm đâu. Chỉ đủ tiền vé máy bay là
             được rồi. Lần tới mình sẽ tìm nhà bạn mà ở, chứ
             không phải thuê phòng khách sạn nữa.

ANGELA: Nếu thế, Thùy Dương phải tìm bạn ở khắp nơi.

THÙY DƯƠNG: *Just the other day you came here and we began our*
             trip, but then it's been almost a month already.

ANGELA: *And there are still many places we haven't visited.*

THÙY DƯƠNG: *Next time remember to arrange for a longer stay.*

ANGELA: *Certainly. Perhaps it's got to be a whole summer.*

THÙY DƯƠNG: *If that can be done, then it'll be truly wonderful.*

ANGELA: *But maybe it has to be in a few years' time. I'll have*
             to work and save a lot of money.

THÙY DƯƠNG: *It doesn't need to be a whole lot. Only enough money*
             for your plane tickets. Next time we'll look for friends
             who we can stay with, so we won't have to get rooms
             in hotels any more.

ANGELA: *If so, you have to find friends everywhere.*

Họ nói lời tạm biệt ...
They exchange goodbyes ...

THÙY DƯƠNG: Thôi, đến giờ Angela phải vào phòng cách ly rồi đó.
             Thật là buồn khi phải chia tay.

ANGELA: Khi về đến Mỹ, Angela sẽ gọi điện thoại cho Thùy Dương ngay. Đừng khóc nghe. Nếu Thùy Dương khóc, Angela cũng sẽ khóc theo đó.

THÙY DƯƠNG: Tạm biệt người bạn thân yêu. Chúc bạn thượng lộ bình an.

ANGELA: Tạm biệt và hẹn ngày gặp lại.

THÙY DƯƠNG: *Well, it's time you have to go into the departure lounge. It's so sad when we have to say goodbye.*

ANGELA: *Upon arriving in America, I'll call you right away. Don't cry. If you cry, I'll cry too.*

THÙY DƯƠNG: *Goodbye, my dear friend. Have a safe trip.*

ANGELA: *Goodbye and see you again.*

Vocabulary

tiễn	see someone off	**phòng cách ly**	departure lounge
sắp xếp	arrange	**chia tay**	say goodbye
ở lại	stay	**ngay**	right away
tuyệt	wonderful	**khóc**	cry
đủ	enough	**theo**	also
vé máy bay	plane ticket	**tạm biệt**	farewell, goodbye
khắp nơi	everywhere	**thân yêu**	dear, loving
thôi	well (used to introduce a change in subject)	**chúc**	wish
		thượng lộ bình an	have a safe trip
đến giờ	it's time	**hẹn ngày gặp lại**	see you again

Language points

Using "mới ngày nào" to express "just the other day"

For example:

- *Mới ngày nào tôi đón họ ở sân bay/phi trường.*
  Just the other day I went to pick them up at the airport.

- *Mới ngày nào mình còn ở Nha Trang.*
  Just the other day we were still in Nha Trang.

Using "nếu thế" to express "if so"

For example:

- *Nếu thế*, mình nên dậy sớm và đón xe buýt.
  If so, we should get up early and catch a bus.

- *Nếu thế*, ai sẽ gọi điện thoại cho họ?
  If so, who will call them?

Using "thôi" to express the interjection "well"

For example:

- *Thôi*, ngày mai mình đi ra hiệu sách cũng được.
  Well, we can visit the bookstore tomorrow, no problem.

- *Thôi*, đừng bàn luận về chính trị nữa.
  Well, don't let's discuss politics any more.

New vocabulary

bàn luận   discuss

Using "theo" to express "also" or "with"

For example:

- **Angela cười và mọi người cười** *theo*.
  Angela laughed and everyone laughed with her.

- **Mary vui và mọi người vui** *theo*.
  Mary was happy and so everyone was happy too.

New vocabulary

cười   laugh, smile

Using "chúc" to wish somebody something

For example:

- *Chúc* mọi người một Giáng Sinh vui vẻ.
  I wish everyone a Merry Christmas.

- *Chúc* cô dâu và chú rể trăm năm hạnh phúc.
  We wish you, the bride and groom, a hundred years of happiness.

New vocabulary

Giáng Sinh	Christmas
vui vẻ	merry, joyous
cô dâu	(the) bride
chú rể	(the) groom

Exercise 4

Use some words from the language points and the dialogue to fill in the blanks. The first one has been done for you.

1 Ai cũng buồn khi phải _____ . ⟶ **chia tay**

2 _____ sợ đi máy bay thì không thể đi du lịch đến nhiều nước được.

3 Khi về đến Mỹ, Angela sẽ gọi điện thoại cho Thùy Dương
   _____ .

4 _____ Angela và Thùy Dương còn đang đi chơi ở Huế.

5 _____ , Thùy Dương đừng khóc nữa.
   _____ người bạn thân của tôi _____ ngày gặp lại.

Exercise 5

Translate into English:

Chuyến bay của Angela từ Hà Nội đến Hồng Kông chỉ dài khoảng một tiếng rưỡi. Nhưng Angela phải chờ ba tiếng ở Hồng Kông trước khi bay về Mỹ. Chuyến bay từ Hồng Kông về Mỹ dài khoảng mười bốn tiếng. Angela ngủ được vài tiếng, sau đó Angela ngồi đọc quyển tiểu thuyết "The Razor's Edge" của Somerset Maugham, một nhà văn Anh. Angela cũng có dịp nói chuyện với một sinh viên người Mỹ gốc Việt. Phi cơ đáp xuống phi trường LAX lúc 11 giờ trưa và cha mẹ Angela đã chờ Angela ở đó. Angela rất vui vì đã có một chuyến du lịch lý thú.

Exercise 6

Make sentences with:

1 tiễn	3 vé máy bay	5 chúc
2 để dành	4 tạm biệt	

Exercise 7

Write about one of your trips, using as many words from the two dialogues as possible.

  Dialogue 3

 (Audio 2; 43)

Angela làm quen với một sinh viên người Mỹ gốc Việt trên phi cơ

Angela makes friends with a Vietnamese American student on the plane

---

ANGELA:	Tôi tên là Angela. Anh tên là gì?
VIỆT ANH:	Tên tôi là Việt Anh. Hân hạnh được gặp Angela.
ANGELA:	Tôi cũng rất vui được biết anh Việt Anh. Anh còn đi học không?
VIỆT ANH:	Tôi là một sinh viên tiến sĩ ở Đại Học Berkeley, tiểu bang Ca-li.
ANGELA:	Anh đang theo học ngành gì?
VIỆT ANH:	Ngành lịch sử. Tôi đang nghiên cứu về lịch sử Việt Nam và Trung Quốc.
ANGELA:	Vậy anh mới về Việt Nam để …
VIỆT ANH:	Để tìm một số tài liệu cho luận án của tôi.

ANGELA:	*My name's Angela. What's your name?*
VIỆT ANH:	*My name's Việt Anh. Pleased to meet you, Angela.*
ANGELA:	*I'm very happy to know you. Are you still in school?*
VIỆT ANH:	*I'm a doctoral student at UC Berkeley.*
ANGELA:	*What field are you pursuing?*
VIỆT ANH:	*History. I'm researching the history of Vietnam and China.*
ANGELA:	*So you just went to Vietnam to …*
VIỆT ANH:	*To find some materials for my dissertation.*

Câu chuyện tiếp tục …
The conversation continues …

ANGELA: Anh có tìm được nhiều tài liệu không?

VIỆT ANH: Nhiều, nhưng chưa đủ. Tôi sẽ phải sang Pháp và Trung
Quốc nữa.

ANGELA: Vậy anh có thông thạo tiếng Pháp và tiếng Trung Quốc
không?

VIỆT ANH: Đủ để đọc thôi.

ANGELA: Ước gì tôi cũng biết nhiều thứ tiếng như anh. À này, anh
Việt Anh sinh ra và lớn lên ở đâu?

VIỆT ANH: Tôi sinh ra ở Long An nhưng theo gia đình sang Mỹ năm
một ngàn chín trăm tám mươi ba, khi tôi được mười lăm
tháng. Tôi lớn lên ở Nam Ca-li, gần Sài Gòn Nhỏ.

ANGELA: Tôi cũng lớn lên ở đó! Thật là một sự ngẫu nhiên!

VIỆT ANH: Hay quá!

ANGELA: *Did you find many documents?*

VIỆT ANH: *A lot, but still not enough. I will have to go to France and
China too.*

ANGELA: *In that case, are you fluent in French and Chinese?*

VIỆT ANH: *Enough to read only.*

ANGELA: *I wish I knew as many languages as you do. By the way,
where were you born and raised, Việt Anh?*

VIỆT ANH: *I was born in Long An, but came over to America with my
family in 1983, when I was fifteen months old. I grew up
in Southern California, near Little Saigon.*

ANGELA: *I grew up there! What a coincidence!*

VIỆT ANH: *How interesting!*

Vocabulary

làm quen	make friends	**luận án**	dissertation
tiến sĩ	PhD	**thông thạo,**	fluent(ly)
theo học	pursue a field of study	**rành**	
		thứ	classifier
lịch sử	history	**như**, **giống như**	like (prep.)
nghiên cứu	research	**Nam Ca-li**	Southern
tài liệu	materials, documents		California
		sự ngẫu nhiên	coincidence

Language points

Using "thứ tiếng" when referring to "language(s)"

For example:

- **Angela biết nói mấy *thứ* tiếng?**
  How many languages can you speak, Angela?

- **Tôi biết nói bốn *thứ* tiếng.**
  I can speak four languages.

Using "(giống) như" to express "be like"

For example:

- **Tôi muốn nói tiếng Việt thông thạo, *(giống) như* Angela.**
  I want to speak Vietnamese fluently, just like Angela.

- **Trời hôm nay đẹp *như* hôm qua.**
  Today it is as beautiful as yesterday.

 Exercise 8

Use some expressions from the language points and the vocabulary list to fill in the blanks. The first one has been done for you.

1 Nhiều sinh viên không muốn chọn ngành _____ vì sợ không tìm được việc làm. ⟶ **lịch sử**

2 Nhưng cũng có nhiều sinh viên chọn ngành này vì muốn được đi _____ ở nhiều quốc gia, vì họ nghĩ là để sống vui họ cần làm những gì họ thích.

3 Việt Anh phải đi tìm _____ ở Việt Nam và Pháp.

4 Việt Anh cũng sẽ phải đi Trung Quốc _____ .

New vocabulary

việc làm   work, job
sống vui   lead a happy life

Exercise 9

Translate the following sentences into Vietnamese:

1 Angela speaks Vietnamese fluently.

2 Angela is glad that she met Việt Anh on the plane.

3 Angela wants to know as many languages as Việt Anh does.

4 Perhaps Angela will study French or Japanese.

Exercise 10

Make sentences with:

1 làm quen   4 nghiên cứu

2 theo học   5 thông thạo/rành

3 lịch sử

Paying obeisance to a Buddhist monk

Answer keys

Unit 1

Exercise 1

1 **Tôi tên là Anna.**
2 Tôi tên là Peter.
3 Tôi tên là Mary.
4 Tôi tên là Nicole.
5 Tôi tên là Tim.

Exercise 2

1 Chào chị/ anh.
2 Rất vui được gặp chị/ anh.
3 Chị/ anh tên là gì?
4 Chị/ anh có khỏe không?
5 Chào chị/ anh.

Exercise 3

1 **Đây là chị Thuận.**
2 Đây là ông Hòa.
3 Đây là bà Bảo.
4 Đây là anh James.

Exercise 4

1 Anh/Chị/Em có khoẻ không?
2 Anh/Chị/Em có vui không?

Exercise 5

1 **Chào bác.**
2 Chào cô.

3 Chào chị.
4 Chào anh.
5 Chào chú.

Exercise 6

- TIM: Chào chị.
- NICOLE: *Chào* anh. Anh tên là *gì?*
- TIM: Tôi *tên* là Tim. Rất vui được gặp chị.
- NICOLE: Tôi tên là Nicole. Rất *vui* được biết anh.
- TIM: Chị *có* khỏe *không?*
- NICOLE: Tôi khỏe. Cám ơn anh. *Còn* anh?
- TIM: Tôi *cũng* khỏe. *Cám ơn* chị.
- NICOLE: Chào anh. Hẹn gặp lại.
- TIM: Chào chị. Hẹn *gặp* lại.

Exercise 7

1 **Chị tên là gì?**
2 Bác tên là gì?
3 Anh tên là gì?
4 Chị có khỏe không?
5 Còn anh, anh có khỏe không?

Exercise 8

1 f
2 d
3 c
4 b
5 e
6 a

Exercise 9

YOU: Chào em.
THAT PERSON: Chào chị.
YOU: Chị tên là _____ . Em tên gì?
THAT PERSON: Em tên_____ .
YOU: Em có khỏe không?
THAT PERSON: Em hơi mệt. Còn chị?
YOU: Chị cũng hơi mệt.

Exercise 10

1 **ai**
2 của
3 ai
4 quá, của

Unit 2

Exercise 1

1 Anh **Peter** là người **Anh**.
2 Chị **Yoko** là người **Nhật**.
3 Ông **Chirac** là người **Pháp**.
4 Bà **Mary** là người **Úc**.
5 Bác **Franz** là người **Đức**.

Exercise 2

1 Tôi tên là _____
2 Tôi họ là _____
3 Tôi là người _____
4 Tôi đến Việt Nam để _____
5 Tôi ở _____

Exercise 3

1 Vâng, **tôi tên là John.**
2 Không phải, tôi không phải là người Việt Nam.
3 Không phải, đây không phải là lần đầu tiên tôi đến Việt Nam.
4 Vâng, tôi sẽ ở Khách sạn Hòa Bình.

Exercise 4

1 **nào**
2 gì
3 gì
4 ở đâu
5 gì
6 đâu
7 ở đâu

Exercise 5

1 Chào anh/ chị.
2 Tôi không tìm thấy va-li của tôi.
3 Va-li này không phải của tôi.
4 Kia là va-li của tôi.
5 Cám ơn anh/ chị.

Exercise 6

1 **của tôi**
2 của chúng tôi
3 của bà Hoa
4 của các ông Hưng và bà Huyền.

Exercise 7

Example: phải không   không phải
Question: Đây là va-li của anh/chị, **phải không**?
Answer: **Không phải**, đây không phải là va-li của tôi.

1 phải không   không phải
      Đây là khách sạn của chị, phải không?
      Không phải, đây không phải là khách sạn của tôi.
2 phải không   vâng
      Đây là va-li của anh, phải không?
      Vâng, đây là va-li của tôi.
3 gì du lịch
      Bà đến Việt Nam để làm gì?
      Tôi đi du lịch.
4 nào người Anh
      Ông là người nước nào?
      Tôi là người Anh.
5 ở đâu   nhà
      Nhà ông ở đâu?
      Tôi ở khách sạn.

Exercise 8

1 Kia là va-li của chúng tôi.
2 Xin các anh cho xem hộ chiếu.
3 Chúng ta là người Pháp.
4 Cám ơn các anh chị.

5   Chúng tôi đi du lịch.
6   Các bác sống ở đâu?
7   Rất vui được gặp các ông các bà.

Exercise 9

1   **mời**
2   đang
3   đang
4   đang
5   mời
6   mời

Unit 3

Exercise 1

1   **Xin**
2   Xin
3   Mời
4   Xin
5   Mời
6   Mời

Exercise 2

1   Hằng bao nhiêu tuổi?
2   Chúng ta có bao nhiêu va-li?
3   Khách sạn đó có bao nhiêu phòng?

Exercise 3

1   Phòng Angela ở trên tầng/lầu ba.
2   Thùy Dương gặp Angela ở trong khách sạn.
3   Hộ chiếu của Angela ở trong va-li của cô ấy.

Exercise 4

1   a
2   b
3   c
4   b

Exercise 5

năm	5	mười	10
hai (mươi) mốt	21	hai (mươi) **lăm**	25
bốn **mươi**	40	tám **mươi**	80
một trăm	100	một trăm **linh/lẻ** sáu	106
một nghìn/ngàn	1000	hai nghìn/ngàn **không** trăm **linh/lẻ** ba	2003

Exercise 6

1 Chúng ta
2 Chúng tôi
3 Chúng ta
4 Chúng tôi

Exercise 7

1 Chị ấy tên là gì?
2 Anh ấy là người nước nào?
3 Chị ấy muốn ở trên tầng 3, có phải không?
4 Cô ấy đến Việt Nam để đi du lịch, phải không?
5 Ông ấy sống ở đâu?
6 Cô ấy sẽ ở đây mấy ngày?

Exercise 8

1 Phòng đôi giá 80 đô la một đêm.
2 Phòng đơn 55 đô la một đêm.
3 Tôi muốn thuê hai đêm.
4 Phòng trên tầng 8 giá 64 đô la.

Exercise 9

1 **đẹp**
2 nhưng
3 cà phê
4 cám ơn

Unit 4

Exercise 1

1 **đến**
2 nói chuyện … ai

3 mới ... nhắn
4 cho
5 quá

Exercise 2

NHÂN VIÊN:	A-lô. Đây là Công ty Mai Linh.
YOU:	Cho tôi một xe tắc-xi đến số 50 Bà Triệu, được không?
NHÂN VIÊN:	Mấy giờ anh/chị muốn đón ạ?
YOU:	Tám giờ rưỡi.

Exercise 3

MẸ HOA:	A-lô.
YOU:	Dạ bác cho cháu nói chuyện với Hoa ạ.
MẸ HOA:	Xin lỗi, ai ở đầu dây đó?
YOU:	Dạ, cháu tên là Peter.
MẸ HOA:	Hoa không có nhà, cháu ạ.
YOU:	Xin bác nhắc Hoa gọi điện thoại cho cháu ở số 043655 9874.
MẸ HOA:	Được, bác sẽ nói với Hoa.
YOU:	Cháu cám ơn bác nhiều lắm.

Exercise 4

1 Thùy Dương gọi điện thoại cho Angela lúc mấy giờ?
2 Chúng tôi sẽ đến khách sạn lúc mấy giờ?
3 Khi nào Thùy Dương và Angela sẽ đi thăm Sa Pa?
4 Khi nào các anh chị muốn thuê phòng?
5 Các anh chị muốn ăn sáng lúc mấy giờ?

Exercise 5

1 **Tắc-xi sẽ đến lúc chín giờ sáng.**
2 Thùy Dương (sẽ) gọi điện thoại cho Angela lúc 7 giờ 45 tối.
3 Angela và Thùy Dương sẽ đi thăm Sa Pa vào thứ hai, ngày 15 tháng 7.
4 Angela và Thùy Dương sẽ đi thăm Vịnh Hạ Long vào thứ tư, ngày 17 tháng 7.

Exercise 6

1 sẽ
2 sẽ
3 đang
4 đã

Exercise 7

1 Khi nào
2 Ai
3 lúc mấy giờ?
4 ai

Unit 5

Exercise 1

TÀI XẾ: Chào anh chị. Anh chị muốn đi đâu ạ?

YOU: Anh cho tôi đến Nhà hàng Đồng Khánh. Từ đây đến đó mất bao nhiêu tiền?

TÀI XẾ: Mười lăm đô-la.

YOU: Đắt quá! Từ đây đến đó chỉ mất khoảng hai mươi phút thôi. Mười đô, được không?

TÀI XẾ: Vâng, mời anh chị lên xe ạ.

Exercise 2

1 **Làm ơn chỉ đường cho tôi đến khách sạn Hòa Bình.**
2 Làm ơn chỉ đường cho tôi đến sân bay Nội Bài.
3 Làm ơn chỉ đường cho tôi đến nhà hàng Đồng Khánh.
4 Làm ơn chỉ đường cho tôi đến chợ Đông Ba.

Exercise 3

1 **Đi bộ từ đây đến khách sạn Hòa Bình sẽ mất bao lâu?**
2 Đi xe từ đây đến sân bay Nội Bài sẽ mất bao lâu?
3 Đi bộ từ đây đến nhà hàng Đồng Khánh sẽ mất bao lâu?
4 Đi xe từ đây đến chợ Đông Ba sẽ mất bao lâu?

Exercise 4

1 **Từ đây đến khách sạn Hòa Bình thì bao xa?**
2 Từ đây đến sân bay Nội Bài thì bao xa?

3   Từ đây đến nhà hàng Đồng Khánh thì bao xa?
4   Từ đây đến chợ Đông Ba thì bao xa?

Exercise 5

1   Angela có mệt không?
    Angela rất mệt.
    Angela mệt lắm.
    Angela không mệt lắm.

2   Thùy Dương có vui không?
    Thùy Dương rất vui.
    Thùy Dương vui lắm.
    Thùy Dương không vui lắm.

3   Khách sạn có đắt không?
    Khách sạn rất đắt.
    Khách sạn đắt lắm.
    Khách sạn không đắt lắm.

4   Nhà hàng có xa không?
    Nhà hàng rất xa.
    Nhà hàng xa lắm.
    Nhà hàng không xa lắm.

Exercise 6

1   Đi từ Hà Nội vào Huế mất **bao lâu?**
2   Chúng ta sẽ đi du lịch bằng gì?
3   Đi từ khách sạn đến đây mất bao lâu?
4   Hai cháu sẽ ra sân bay bằng gì?
5   Bác Thiện đã đi bộ bao lâu?

Exercise 7

1   c
2   b
3   b
4   c
5   a

Exercise 8

1   Angela và Thùy Dương đi vào Huế bằng gì?
    Angela và Thùy Dương đi vào Huế bằng máy bay.

2   Angela đi đến chùa Một Cột bằng gì?
    Angela đi đến chùa Một Cột bằng xích-lô.
3   Angela đi đến chợ Đồng Xuân bằng gì?
    Angela đi bộ đến chợ Đồng Xuân.
4   Thùy Dương đi đến khách sạn bằng gì?
    Thùy Dương đi đến khách sạn bằng tắc-xi.

Exercise 9

1   **thám hiểm**
2   giúp, tập
3   vui chơi, đêm

Unit 6

Exercise 1

1   **Tôi nghe nói khách sạn này có hai mươi tầng.**
2   Tôi nghe nói khách sạn này có hai trăm phòng.
3   Tôi nghe nói Angela nói tiếng Việt rất giỏi.
4   Tôi nghe nói Angela gặp Thùy Dương ở Mỹ.

Exercise 2

1   **Anh đã xem thực đơn chưa?**
    Rồi, tôi (đã) xem (thực đơn) rồi.
    Chưa, tôi chưa xem (thực đơn).

2   Chị đã ăn sáng chưa?
    Rồi, tôi (đã) ăn (sáng) rồi.
    Chưa, tôi chưa ăn (sáng).

3   Angela đã uống nước cam chưa?
    Rồi, Angela (đã) uống (nước cam) rồi.
    Chưa, Angela chưa uống (nước cam).

4   Thùy Dương đã thử phở bò chưa?
    Rồi, Thùy Dương (đã) thử (phở bò) rồi.
    Chưa, Thùy Dương chưa thử (phở bò).

5   Angela đã đi thăm chùa Một Cột chưa?
    Rồi, Angela (đã) đi (thăm chùa Một Cột) rồi.
    Chưa, Angela chưa đi (thăm chùa Một Cột).

6   Thùy Dương ăn ở nhà hàng này chưa?
     Rồi, Thùy Dương ăn (ở nhà hàng này) rồi.
     Chưa, Thùy Dương chưa ăn (ở nhà hàng này).

Exercise 3

1   **Anh/Chị cho tôi một cốc/ly nước cam.**
2   Anh/Chị cho tôi cá hấp, canh chua, và cơm.
3   Anh/Chị cho tôi phở bò.
4   Anh/Chị cho tôi một lon cô-ca.

Exercise 4

1   **Đường phố Hà Nội nhỏ lắm.**
2   Các món ăn ngon lắm.
3   Chùa Một Cột rất đẹp.
4   Angela nói tiếng Việt rất giỏi.

Exercise 5

1   **Anna uống nước cam nhé.**
2   Chị cho một bàn hai người ở gần cửa sổ nhé.
3   Anh cho tôi cá hấp và canh chua nhé.
4   Angela thử chè đậu đen nhé.
5   Chúng ta đi nhé.

Exercise 6

1   **để**
2   đi
3   đi
4   để

Exercise 7

1   **Angela muốn ăn gì?**
2   Các chị đã sẵn sàng chưa?
3   Chị muốn uống gì?
4   Các món ăn thế nào?

Exercise 8

1   **Anh chờ đi.**
2   Chị ngồi đi.
3   Anh chị vào đi.
4   Chúng ta gọi cơm đi.
5   Chúng ta về đi.

Exercise 9

1 **Nếu tôi không vui thì tôi sẽ đi uống cà-phê và nghe nhạc.**
2 Nếu tôi lạc đường thì tôi sẽ gọi điện thoại cho chị.
3 Nếu tôi có tiền thì tôi sẽ đi du lịch.
4 Nếu tôi đói thì tôi sẽ đi nhà hàng.
5 Nếu tôi nói tiếng Việt giỏi thì tôi sẽ đi Việt Nam.

Exercise 10

1 Thật ra, các món ăn rất ngon.
2 Tôi không đói nữa.
3 Nếu muốn về khách sạn thì anh gọi xe tắc-xi nhé.
4 Đừng đi.

Unit 7

Exercise 1

1 Hôm qua Angela đi ăn tối với Thùy Dương à?
2 Thùy Dương gọi phở bò à?
3 Họ không đi xem phim à?
4 Angela mệt và muốn về khách sạn à?
5 Họ đi bộ về khách sạn à?

Exercise 2

1 Angela rất thích ăn cam và táo.
2 Hôm qua cô ấy mua 10 quả/trái cam.
3 Hôm nay cô ấy sẽ mua 15 quả/trái táo.
4 Cô ấy không thích lê.

Exercise 3

1 Angela rất thích mặc áo dài.
2 Sáng nay cô ấy đi cửa hàng/cửa tiệm.
3 Cô ấy mua một chiếc áo dài.
4 Cô ấy sẽ quay lại để mua một cái áo sơ-mi cho bố của Thùy Dương.

Exercise 4

1 Bao giờ anh đi Huế?
  Ngày mai tôi đi Huế.
2 Em Hoa đến Đài Loan bao giờ?
  Em ấy đến Đài Loan lúc 8 giờ.

3 Bao giờ cháu đi du lịch?
  Tháng sau cháu đi du lịch.
4 Bao giờ chị Jenny về Mỹ?
  Chị ấy về Mỹ tuần tới.
5 Họ bắt đầu đi du lịch bao giờ?
  Họ bắt đầu đi du lịch hôm qua.

Exercise 5

1 **Bao giờ cô Thu sẽ đi Sài Gòn?**
2 Thùy Dương đã gọi điện thoại cho Angela bao giờ?
3 Họ đi ăn tối ở một nhà hàng bao giờ?
4 Bao giờ họ sẽ thuê phòng ở một khách sạn ở Huế?
5 Angela đến Việt Nam bao giờ?

Exercise 6

1 **Angela rất thích đọc sách.**
2 Hôm qua cô ấy đi hiệu/tiệm sách.
3 Cô ấy mua hai quyển/cuốn sách.
4 Cô ấy trả 120.000 đồng một/mỗi quyển.

Exercise 7

1 **một nghìn/ngàn một trăm mười một**
2 một nghìn/ngàn chín trăm chín (mươi) mốt
3 hai nghìn/ngàn không trăm ba (mươi) bảy
4 chín nghìn/ngàn chín trăm chín (mươi) chín
5 một trăm sáu (mươi) ba nghìn/ngàn
6 hai trăm bốn (mươi) bảy nghìn/ngàn

Exercise 8

1 **A: Vì sao anh đến Việt Nam?**
  B: Tôi đến Việt Nam vì tôi muốn thăm bạn.
2 A: Vì sao Angela ăn nhiều?
  B: Angela ăn nhiều vì cô ấy đói.
3 A: Vì sao Angela mua áo dài?
  B: Angela mua áo dài vì cô ấy thích mặc áo dài.
4 A: Vì sao Thùy Dương không uống nước?
  B: Thùy Dương không uống nước vì cô ấy chưa khát.
5 A: Vì sao Angela học tiếng Việt?
  B: Angela học tiếng Việt vì cô ấy thích đi du lịch Việt Nam.

Exercise 9

1 gì
2 Ai
3 mấy
4 Bao nhiêu
5 Vì sao

Exercise 10

1 Tôi luôn luôn thích ăn cam.
2 Chị ấy thường uống cà phê.
3 Cháu thỉnh thoảng thức khuya nghe nhạc.
4 Ông ấy ít khi uống cô-ca.
5 Tôi không bao giờ dậy sớm.

Unit 8

Exercise 1

1 **đấy**
2 đấy
3 chắc
4 cũng
5 chắc (là)
6 cũng
7 chắc
8 chắc (là)
9 đấy

Exercise 2

1 Phim đó rất hay.
2 Helen là một người bạn rất tốt.
3 Gretchen không chắc khi nào Richie sẽ đến.
4 Chắc là Richie sẽ đến lúc 2 giờ.
5 Ai cũng thích thăm hồ Hoàn Kiếm.
6 Khách du lịch nào cũng thích nhà hàng này.
7 Chắc là họ sẽ đi Nha Trang ngày mai.
8 Matt không chắc là chúng ta có thể đi Đà Lạt tuần sau.

Exercise 3

1   Where are Angela and Thùy Dương talking to each other?
    Họ nói chuyện ở hồ Hoàn Kiếm.
2   Where do Hanoi residents and foreign tourists usually choose to
    go eat and enjoy the view?
    Nhà hàng Thủy Tạ.
3   Is Hoàn Kiếm Lake a Hanoi sight?
    Phải, Hồ Hoàn Kiếm là một thắng cảnh của Hà Nội.
4   Who has great joy?
    Người Hà Nội.
5   Are there many foreign tourists visiting Hanoi?
    Có nhiều du khách nước ngoài/ngoại quốc đến thăm Hà Nội.
6   Is it true that everything in Hanoi is more expensive than elsewhere?
    Phải, ở Hà Nội cái gì cũng đắt hơn ở những nơi khác một chút.
7   What had Angela heard of Hanoi when she was in America?
    Angela đã nghe nói Hồ Hoàn Kiếm là một thắng cảnh.
8   What does Thùy Dương think about Thủy Tạ?
    Thùy Dương nghĩ Thủy Tạ là một nhà hàng nổi tiếng của Hà Nội.

Exercise 4

1   Angela nói chuyện với Thùy Dương.
2   Hồ Hoàn Kiếm ở trung tâm Hà Nội.
3   Được ngắm Hồ Hoàn Kiếm là một diễm phúc.
4   Nhiều du khách đến nhà hàng để ăn uống.
5   Người Hà Nội chọn nhà hàng Thủy Tạ.
6   Khách du lịch đến Hồ Hoàn Kiếm để thưởng ngoạn.
7   Chắc là món ăn đó ngon lắm.
8   Món ăn ở Hà Nội đắt hơn một chút.
9   Món ăn ở Huế rẻ hơn một chút.
10 Tôi nghe nói Hồ Hoàn Kiếm rất đẹp.

Exercise 5

1   quá
2   chứ
3   cả, nữa
4   chiếc, quyển/cuốn, bức
5   đo đỏ, nho nhỏ, xinh xinh

Exercise 6

Angela and Thùy Dương take a stroll in the city of Hue.

ANGELA:	Hue is so beautiful!
THÙY DƯƠNG:	It's true. Do you want to take some pictures now?
ANGELA:	Sure. Let's stand here and take the pictures. From this place, that bridge looks rather small and pretty.
THÙY DƯƠNG:	Your Vietnamese is excellent. You also know how to use reduplications.
ANGELA:	You have to be good after having learned the language for three summers in a row.
THÙY DƯƠNG:	I forgot to ask you. Where did you learn Vietnamese?
ANGELA:	I attended a summer program in America.
THÙY DƯƠNG:	Perhaps the teachers there are really good.
ANGELA:	Certainly.

Exercise 7

1 Cô ấy trông buồn.
2 Nhà hàng đó nho nhỏ.
3 Cái áo này xinh xinh.
4 Helen nói tiếng Pháp rất giỏi.
5 Angela biết sử dụng từ láy.
6 Angela tham dự chương trình tiếng Việt mùa hè ở Madison.
7 Chương trình đó rất tốt.
8 Hồ Hoàn Kiếm đẹp quá!
9 Học tiếng Anh ba năm thì phải giỏi chứ.
10 Bà Mai nói cả tiếng Nhật nữa.

Exercise 8

1 Angela và Thùy Dương đang đi thăm Huế.
2 Angela nghĩ Huế rất đẹp.
3 Bây giờ họ muốn chụp ảnh/hình.
4 Họ nhìn thấy một chiếc cầu.
5 Tiếng Việt của Angela rất giỏi.
6 Angela biết sử dụng cả những từ láy của tiếng Việt.
7 Angela học tiếng Việt được ba mùa hè.
8 Angela học tiếng Việt ở Mỹ.
9 Các thầy cô ở đó dạy giỏi lắm.

Exercise 9

Tức là

Làm gì mà ... được

Làm gì mà ... được

Exercise 10

1 **chùa**
2 tắm biển
3 để dành
4 trở lại

Exercise 11

1 Angela đi thăm sông Hương.
2 Tôi đã đi thăm hồ Hoàn Kiếm.
3 Chúng tôi đi chơi ở vịnh Hạ Long.
4 Bà ấy chưa thăm lăng Tự Đức.

Unit 9

Exercise 1

1 **cả**
2 thử xem
3 hay là
4 cứ
5 cứ
6 cả
7 hay là
8 thử xem
9 hàng ngày

Exercise 2

1 hiệu/tiệm vàng, ngân hàng
2 ngã tư
3 hối đoái
4 đô la

Exercise 3

1 Angela muốn đi ngân hàng vì chị muốn đổi tiền.
2 Khoảng 200 đô la.

3   Lên xuống hàng ngày.
4   Vì họ không thấy tiệm vàng nào cả.
5   Ở ngã tư đằng kia.

Exercise 4

1   Chị muốn đổi bao nhiêu tiền?
2   Cứ vào thử xem.
3   Thử xem ở ngã tư có ngân hàng không.
4   Hay là chúng ta đi ăn.
5   Không thấy hiệu vàng nào cả.

Exercise 5

1   **sau khi**
2   sau khi
3   sau
4   hỏi

Exercise 6

1   bưu thiếp
2   đi bộ
3   mỏi chân
4   cách đây … dãy phố

Exercise 7

1   Sau khi đổi tiền Angela muốn đi bưu điện để gửi một tấm bưu thiếp
     cho một người bạn.
2   Bưu điện đó ở trên Đại lộ Quang Trung.
3   Họ không đi bộ đến đó được.
4   Họ sẽ đi đến đó bằng xích-lô vì Angela mỏi chân quá.

Exercise 8

1   Họ ở quán cà-phê.
2   Tôi đi bộ hai dãy phố.
3   Chúng tôi không đi bộ được.
4   Em đi xe xích-lô đi.

Exercise 9

lo gì
và lại

không ... đâu
luôn

Exercise 10

1 **điêu khắc**
2 dân tộc
3 cổ truyền
4 biểu

Exercise 11

1 Một bức tranh sơn mài giá bao nhiêu?
2 Một quyển sách giá bao nhiêu?
3 Một bức tượng giá bao nhiêu?
4 Một cái nón lá giá bao nhiêu?

Exercise 12

1 Đắt quá, 21 đô thôi.
2 Đắt quá, 3 đô thôi.
3 Đắt quá, 6 đô thôi.
4 Đắt quá, 2 đô thôi.

Unit 10

Exercise 1

1 **Thật là**
2 Thật ra
3 Thật ra
4 Thật là

Exercise 2

1 Angela nghĩ Đà Lạt đẹp quá.
2 Hồ Xuân Hương ở Đà Lạt.
3 Cảnh trí của Hồ Xuân Hương thật là thơ mộng.
4 Thùy Dương và Angela sẽ đi dạo ở bờ hồ.
5 Angela muốn làm thơ tặng cho Đà Lạt.
6 Nhiều nhà văn, nhà thơ đã viết về Đà Lạt.
7 Thùy Dương sẽ từ từ nhớ ra những bài thơ và bản nhạc.

Exercise 3

1 Đà Lạt đẹp quá!
2 Hồ Xuân Hương thật là thơ mộng.
3 Thật ra (thì) nhiều nhà thơ đã viết về Đà Lạt.
4 Anh chị có muốn đổi tiền hay không?
5 Tôi đi dạo ở bờ hồ.
6 Dù không có nhiều tiền, tôi vẫn đi du lịch.
7 Có ai nhắc đến Huế không?
8 Từ từ chị sẽ nhớ ra ai viết.

Exercise 4

1 Angela really likes Dalat because its landscape is very romantic.
2 Thuy Duong knows many songs and poems about Dalat.
3 Angela and Thuy Duong will visit many places in Dalat.
4 They will eat ice cream at Thuy Ta.

Exercise 5

1 Du khách nên đi thăm Đà Lạt vào mùa xuân.
2 Họ luôn luôn thích đi dạo ven theo bờ hồ Xuân Hương.
3 Có vài khách sạn gần hồ.
4 Đà Lạt nổi tiếng với cảnh trí thơ mộng.
5 Du khách chụp nhiều ảnh để nhớ về thành phố đẹp này.

Exercise 6

1 **hơn**
2 nhất
3 sau
4 nhất
5 hơn

Exercise 7

1 Sài Gòn
2 Hà Nội
3 Huế
4 Từ lâu rồi
5 Huế mới hơn
6 Sài Gòn khoảng 300 tuổi.
7 Thùy Dương thích Nha Trang nhất vì dân cư ở đó còn thưa thớt.

Exercise 8

Vietnam has many romantic landscapes. Tourists usually have to choose places to visit. They should travel for three or four weeks in order to visit several places in the three regions.

Exercise 9

1 Tôi đi Huế cách đây hai năm.
2 Thành phố Hà Nội đông người.
3 Sài Gòn đông người quá, trong khi đó Nha Trang ít người hơn.
4 Biển xanh quá!
5 Ở Hà Nội dân cư đông đúc quá.

Exercise 10

1 **khí hậu**
2 thơ mộng
3 cho nên
4 lúc nào cũng
5 đi dạo … khu vườn
6 nhạc sống

Exercise 11

1 Mát mẻ
2 Chầm chậm và thanh bình
3 Sữa đậu nành
4 Đi dạo
5 Nhộn nhịp hơn

Exercise 12

1 Many people really like the climate in Dalat.
2 They also like a slow and peaceful life.
3 But some people like the bustling life in Saigon.
4 They like to go out, listen to music and dance.

Exercise 13

1 Tôi mỏi chân rồi cho nên không muốn đi bộ.
2 Đà Lạt lúc nào cũng thơ mộng.
3 Đà Lạt mát mẻ quanh năm.
4 Sài Gòn khác với Đà Lạt.
5 Chị thích đi dạo ở bờ hồ.
6 Ước gì chúng ta được sống ở đây.

Unit 11

Exercise 1

1 Thảo nào
2 À này
3 gốc
4 nhau

Exercise 2

Angela and Thuy Duong are two good friends. Angela is American and Thuy Duong is Vietnamese. They met each other when Thuy Duong studied abroad in America. They have both graduated from college and now are traveling together. They had visited many states in America. Now in Vietnam, they have been to Hanoi, Hue and Dalat. Next week, they will go to Nha Trang.

Exercise 3

1 Bạn thân
2 Người Mỹ
3 Người Việt Nam
4 Ở đại học
5 Rồi
6 Du lịch
7 Nhiều tiểu bang ở Mỹ
8 Hà Nội, Huế, và Đà Lạt
9 Nha Trang

Exercise 4

1 Hôm nay, họ sẽ đi gặp hai người bạn cũ.
2 Họ là bạn học.
3 Em ấy chưa tốt nghiệp trung học.
4 Tôi sinh ra ở Huế.
5 Tôi lớn lên ở Sài Gòn.
6 Tiểu bang đó rất đẹp.
7 Chúng tôi gặp nhau ở đại học.

Exercise 5

1 **thú vui**
2 làm việc tình nguyện

3 thể thao
4 Nhiều người

Exercise 6

1 Đọc sách và nghe nhạc.
2 Mê đá banh.
3 Đi bơi, đọc sách, nghe nhạc cổ điển, hoặc chơi vĩ cầm.
4 Banh bầu dục, bóng chày, và quần vợt.

Exercise 7

1 Tôi thích nhiều môn thể thao, nhất là đá banh.
2 Ai mà chẳng thích đi Mỹ.
3 Tôi tưởng chị nói đùa.
4 Anh có những thú vui nào?
5 Đó là môn thể thao được ưa chuộng.

Exercise 8

1 Nói chung ... lối sống
2 chính trị ... kinh doanh
3 ngoại ngữ, đặc biệt là
4 để ý đến

Exercise 9

1 tiếng Việt, tiếng Pháp
2 Pháp, Ý
3 làm chính trị
4 Pháp, Anh
5 Mỹ, Đức

Exercise 10

1 Nói chung, tôi thích học ngoại ngữ.
2 Tôi thích thể thao, đặc biệt là đá banh.
3 Em nên cố gắng học tốt.
4 Họ trở thành bác sĩ.
5 Chúng ta nên giúp người nghèo ở một số quốc gia thuộc Châu Á,
   Châu Phi, Châu Mỹ La Tinh, vân vân.

Unit 12

Exercise 1

1 **tốn**
2 nào đó
3 được không
4 cho

Exercise 2

1 Vũng Tàu.
2 Không. Vì Vũng Tàu chỉ cách Sài Gòn khoảng 100 cây số thôi.
3 Thứ ba họ sẽ đi thăm vài thắng cảnh ở gần Sài Gòn.
4 Thứ tư họ sẽ đi Đầm Sen.
5 Thứ năm họ sẽ nghỉ xả hơi.
6 Thứ sáu họ sẽ đi thăm đồng bằng sông Cửu Long và phỏng vấn một vài người nông dân.
7 Lúc nào cũng có sẵn xe để thuê.

Exercise 3

1 **biển**
2 thứ hai
3 Sài Gòn
4 tốn tiền
5 thứ ba
6 chèo thuyền
7 phỏng vấn
8 thuê

Exercise 4

1 Họ đang đi du lịch.
2 Tiểu bang Ca-li có rất nhiều thắng cảnh.
3 Ai phỏng vấn người nông dân?
4 Bao giờ cháu về?

Exercise 5

1 **nếu không**
2 thưởng thức
3 nếu không
4 thưởng thức

Exercise 6

1 Dạo quanh Sài Gòn
2 Ở khách sạn
3 Ngủ trưa
4 Có
5 Xem truyền hình

Exercise 7

1 Đi ăn đi nếu không thì đói.
2 Họ đang thưởng thức món ăn Việt.
3 Chủ nhật họ ở nhà.
4 Chị ấy đang xem một chương trình truyền hình.

Exercise 8

1 **đi khám bác sĩ**
2 cẩn thận
3 rau sống ... nước đá
4 lời khuyên

Exercise 9

1 Tôi cần gặp bác sĩ.
2 Tôi bị nhức đầu.
3 Tôi cảm thấy hơi chóng mặt.
4 Tôi nghĩ tôi bị sốt.
5 Cám ơn lời khuyên của bác sĩ.

Exercise 10

1 Tôi cảm thấy nhức đầu.
2 Du khách không nên ăn rau sống.
3 Anh nên ăn uống cẩn thận.
4 Chúng ta nên làm theo lời khuyên của bác sĩ.

Unit 13

Exercise 1

1 **hãy**
2 thật
3 chứ

4 nào

5 lỡ

6 trước

7 kìa

Exercise 2

1 Thế Nam là bạn của Thùy Dương.

2 Ở bãi biển Nha Trang.

3 Nước biển ấm.

4 Không, vì Angela muốn phơi nắng trước.

5 Vì lỡ có sóng lớn.

6 Rất thanh bình.

7 Thanh niên thường muốn đi đây đi đó, chứ không muốn sống mãi ở một nơi.

8 Đi du học, rồi đi du lịch vòng quanh thế giới.

9 Angela muốn nằm ở trên cát, ngắm trời xanh, mây trắng, những hòn đảo xa xa, những con chim hải âu, và những chiếc thuyền đánh cá.

10 Vì Thùy Dương muốn gọi các bạn xuống bơi.

Exercise 3

1 Cuộc sống ở Nha Trang rất thanh bình.

2 Có nhiều thanh niên đang uống bia ở đây.

3 Tôi muốn đi du lịch vòng quanh thế giới.

4 Họ không muốn trở thành thi sĩ.

Exercise 4

1 **chèo**

2 ngoài kia

3 sợ, thì

4 toàn là

Exercise 5

1 Angela

2 Vì xa quá

3 Ba hòn đảo

4 Cưỡi đà điểu và lặn xuống xem cá

Exercise 6

1   Chúng ta chèo thuyền ra hòn đảo đó được không, Thế Nam?
2   Tôi thích xem cá.
3   Tôi bơi được nhưng không biết lặn.
4   Ngày mai chúng ta đi đến bãi biển khác đi.

Exercise 7

1   **hồi nào**
2   Khi nào
3   bao lâu
4   cách đây
5   bao lâu rồi
6   bao lâu nữa
7   kể cả

Exercise 8

Open answers.

Exercise 9

1   Khi nào anh đi Việt Nam?
2   Chị đã thăm Nha Trang hồi nào?
3   Em ở Mỹ bao lâu?
4   Chị học tiếng Việt bao lâu rồi?
5   Ông sẽ ở đây bao lâu nữa?
6   Tôi trở về Úc cách đây một tháng.
7   Tôi đã thăm bốn thành phố ở Việt Nam, kể cả Nha Trang.

Unit 14

Exercise 1

1   Who is Le Loi?
    Lê Lợi là Vua.
2   Who lent Le Loi the magic sword?
    Thần Kim Qui.
3   Why did Le Loi need the magic sword?
    Vì Lê Lợi cần chống quân nhà Minh.
4   Where did he go after he became king?
    Sau khi lên làm vua, Lê Lợi đi thuyền trên hồ Hoàn Kiếm.

5 What did the Golden Turtle demand after appearing above the surface of the lake?
Thần Kim Qui đòi Vua trả lại kiếm thần.
6 After that, how did the king name the lake?
Lê Lợi đặt tên cho hồ là Hồ Hoàn Kiếm.
7 Why did he have the Turtle Tower built in the middle of the lake?
Để ghi nhớ Thần Kim Qui.

Exercise 2

1 Tại sao anh chị thích đi thuyền ở Hồ Gươm?
2 Nếu đi Việt Nam, tôi sẽ đi thăm Đà Nẵng và Hội An.
3 Lê Lợi trả kiếm cho thần Kim Qui vì vậy hồ có tên là hồ Hoàn Kiếm.
4 Ngày xưa Vua Lê Lợi đi thuyền ở đây.

Exercise 3

1 **truyền thuyết**
2 đặt tên
3 Hán Việt
4 ghi nhớ

Exercise 4

1 **chia tay**
2 nếu
3 ngay
4 có lẽ
5 thôi, tạm biệt, hẹn

Exercise 5

Angela's flight from Hanoi to Hong Kong lasted only an hour and a half. But she had to wait three hours in Hong Kong before flying to America. The flight from Hong Kong to America lasted fourteen hours. Angela was able to sleep for a couple of hours, after that she read the novel "The Razor's Edge," written by Somerset Maugham, an English author. She also had a chance to talk with a Vietnamese American student. The plane landed at LAX at 11:00 a.m., and Angela's parents were already waiting for her there. She was very happy because she had had an enjoyable trip.

Exercise 6

1   Em tiễn anh ở sân bay.
2   Chúng ta cần để dành tiền.
3   Vé máy bay đắt quá.
4   Tạm biệt bạn.
5   Chúc bạn thượng lộ bình an.

Exercise 7

Open answer.

Exercise 8

1   **lịch sử**
2   nghiên cứu
3   tài liệu
4   nữa

Exercise 9

1   Angela nói tiếng Việt thông thạo.
2   Angela rất vui được gặp Việt Anh trên máy bay.
3   Angela muốn biết nhiều thứ tiếng giống như Việt Anh.
4   Có lẽ Angela sẽ học tiếng Pháp hoặc tiếng Nhật.

Exercise 10

1   Tôi muốn làm quen với họ.
2   Chúng tôi đang theo học ngành lịch sử.
3   Học lịch sử rất thú vị.
4   Tôi nghiên cứu về Việt Nam.
5   Việt Anh nói thông thạo/rành tiếng Việt.

Vietnamese–English glossary

A

à	a question word used to ask for confirmation
à này	by the way
ạ	polite particle, placed at the end of an utterance
ai	who
an toàn	safe
anh	you (male peer)
Anh	British, Britain
Anh ngữ, tiếng Anh	English
ảnh (N), hình (S)	picture
áo dài	Vietnamese traditional dress
áo sơ-mi	shirt
ăn	eat
ăn không tiêu	indigestion
ăn sáng	have breakfast
ăn tối	have dinner
ăn trưa	have lunch
ăn uống	dine
ấm	warm

B

bác	term of address for an older man (literally, senior uncle or aunt)
bác sĩ	doctor
bài hát, bản nhạc	song
bài thơ	poem
bãi biển	beach
bán	sell
bàn	table
bàn luận	discuss
bạn	friend
bạn học	classmate
bạn thân	close friend
bạn trai	boyfriend
bảng hiệu	signboard
banh bầu dục/ cà-nà/Mỹ	(American) football
bao giờ	when
bao lâu	how long
bao lâu nữa	how much longer
bao lâu rồi	how long (up till now)
bao nhiêu	how much
bao xa	how far
báo	tell
báo	tell
bát (N), chén (S)	bowl
bay	fly
bằng	in, by
bằng	made of
bằng gì	by what (means of transport)
bắt đầu	begin
bây giờ	now
bên	side
bên cạnh	next to

bệnh	sick	cao	tall
bệnh viện (N), nhà thương (S)	hospital	cát	sand
		cặp	pair, couple
bị	suffer from	cặp vợ chồng	married couple
biển	sea	cân (N), ký (S)	kilo
biết	know	cần	need
biếu	give an older person a gift	cẩn thận	careful(ly)
		cầu	bridge
bờ	bank, shore	cây	tree
bơi	swim	cây số	kilometer
bò (thịt)	beef	có	there is/are
bóng chày, dã cầu	baseball	có	yes, have
		có gia đình	be married
bóng rổ	basketball	có lẽ	perhaps, maybe
bố (N), ba (S)	father	có nghĩa là	mean
bồn tắm	bathtub	có (ở) nhà	at home
bỗng nhiên	suddenly	có ... không?	yes–no question
buồn	sad	có thể	can
buồn buồn	rather sad	con	classifier, mostly for animals
buồn ngủ	sleepy		
bữa sáng	breakfast	con	one's child(ren)
bữa tối	dinner	còn	still
bữa trưa	lunch	còn	still have
bức (N), tấm (S)	classifier for pictures	còn	as for, and
		cởi	take off
bưu điện	post office	cơm	steamed rice
bưu thiếp	postcard	cô	young lady, Miss
		cô-ca	Coke
C		cô dâu	(the) bride
ca sĩ	singer	cô gái	young girls
Ca-li	California	cố gắng	try
cá	fish	cổ điển	classical
cà-phê	coffee	cổ truyền	traditional
cả	all	cốc (N), ly (S)	glass
cả ... nữa	also	cộng đồng	community
cách đây	ago	cột	pillar
cách đây	from here	công ty	company
cám ơn	thank	của	of, belonging to
cảm thấy	feel	cúm	flu
cam	orange	cúm gà	avian flu
cảm	cold	cúm lợn (N), cúm heo (S)	swine flu
canh	soup		
cảnh trí	landscape, view		

cũng	also, too
cuộc	classifier
cuộc sống	life
cuối tuần	weekend
Cúp Thế Giới	World Cup
cứ	go ahead
cửa	door
cửa hàng (N), cửa tiệm (S)	store
cửa sổ	window
cửa (sông)	estuary
cười	laugh, smile
cưỡi	ride

CH

cha	father (formal)
Chàm	Champa
chán	boring, bored
chào	hello
cháu	term of address for a younger person (literally, niece or nephew)
chạy	run
chắc	perhaps
chầm chậm	kind of slow
châu	continent
Châu Á	Asia
Châu Âu	Europe
Châu Mỹ	the Americas
Châu Mỹ La Tinh	Latin America
Châu Phi	Africa
Châu Úc	Australia
chè (N), trà (S)	tea
chè	sweet dessert
chèo	row (a boat)
chỉ đường	give directions (to a place)
(chỉ) … thôi	only
chị	you (female peer)
chia tay	say goodbye
chìa khóa	key

chiếc	classifier for various things
chiều	evening (generally, the period from 3 p.m. to 6 p.m.)
chiều nay	this evening
chim	bird
chính trị	politics
cho	give
cho	let
cho	for
cho	for (the purpose of)
cho mượn	loan, lend
cho nên, do đó	therefore
cho xây	have something built
chọn	choose
chờ, đợi	wait
chợ	market
chơi	play
chóng mặt	dizzy
chỗ	place
chỗ	seat
chống	fight against
chồng	husband
chú	junior uncle, used when addressing someone younger than your parents
chú rể	(the) groom
chủ nhật	Sunday
chụp ảnh/hình	take pictures
chua	sour
chùa	temple, pagoda
chúc	wish
chung	shared
chuối	banana
chuyến	classifier for trips
chuyến bay	flight
chứ	for surely
chứ	emphatic marker
chưa	not yet
chương trình	program

D

dạ	polite particle preceding an utterance
dài	long
dạo chơi	take a stroll
dãy phố	city block
dân cư	population, inhabitants
dậy	get up
dệt	weave
di cư	immigrate
dĩ nhiên	certainly, of course
dịch	translate
diễm phúc	great joy, happiness
du học	study abroad
du lịch	travel (for pleasure)
dù	even though
dưới	below
dương cầm, pi-a-nô	piano

Đ

đà điểu	ostrich
đã	time marker for past activities or events, used mostly for emphasis
đại học	university
đại lộ	avenue, boulevard
đang	time marker, used to describe what is happening now or was happening at a certain moment
đáng tiếc	regrettable
đánh cá	fishing
Đài Loan	Taiwanese, Taiwan
đào	peach
đào	island
đau bụng	stomach ache
đau lưng	backache
đằng kia	over there
đặc biệt (là)	especially
đắt (N), mắc (S)	expensive
đặt tên	name (v.)

đâu	where
đầu dây	(the other) end of the line
đầu tiên	first
đấy	ending particle, loosely meaning "now"
đây	here
đêm	night
đêm	late at night (generally, the period from 11 p.m. to 12 a.m.)
đen	black
đèn	light, lamp
đèn xanh đèn đỏ	traffic lights
đẹp	beautiful, pretty
để	in order to
để	let
để	leave
để	put
để dành	save
để ý đến	pay attention to
đến	arrive at/in
đến	come
đến	to
đến giờ	it's time
đi	go, travel
… đi	used to make a suggestion
đi bộ	walk
đi chơi	go and have fun
đi đây đi đó	go places
đi khám bác sĩ	go to the doctor
đi ngủ	go to bed
đi ra	go out
đi theo	follow
đi vào	go into
đi vắng	out, not at home
điện thoại	phone
điêu khắc	sculpture
đo đỏ	reddish
đó (N), vậy (S)	ending particle, used to soften the tone of the question

đó	there, that
đỏ	red
đoán	guess
đọc	read
đoi đói	kind of hungry
đòi	demand
đói	hungry
đón	pick up
đỡ	less
đô-la, đô	dollar
đỗ (N), đậu (S)	bean
độc thân	single
đổi (tiền)	exchange money
đối diện	opposite
đông, đông người	crowded
đồng	Vietnamese currency
đồng	bronze, copper
đồng bằng	delta
đồng ý	agree
đủ	enough
đúng	right
Đức	German, Germany
đừng	don't
đứng	stand
được	OK
được	can, able
được	have
được	have the opportunity
đường	sugar

E

em	younger sibling, term of address for a person younger than your friends

G

gái	female (person)
gan	brave
gặp	meet
gọi (điện thoại)	call, phone
gọi	order

gần	near
gì	what
gia đình	family
giá	price
tỷ giá hối đoái	exchange rate
Giáng Sinh	Christmas
giáo sư	professor
giàu	rich
giày	shoe(s)
giỏi	well
giờ	time, hour
giới thiệu	introduce
giúp	help
giữa	in the middle of
gõ	knock
gốc	descent, ancestry
gửi (N), gởi (S)	give
gửi (N), gởi (S)	send
gươm/kiếm thần	magic sword

GH

ghé thăm	visit for a short time
ghé vào	go into
ghét	hate
ghi nhớ	honor, commemorate

H

hải âu	seagull
hải quan	customs
Hán Việt	Sino-Vietnamese
Hàn Quốc, Nam Hàn	South Korea
hàng không	airline
hàng ngày	every day
hãng	agency, company
hành lý	luggage
hạnh phúc	happy, happiness
hay (là)	or
hay	wonderful, interesting
hân hạnh	honored
hấp	steam

hấp dẫn	interesting	kể cả	including
hẹn	make an appointment	kia	other
hẹn ngày gặp lại	see you again	kia	there, that
		kìa	look
hết	finish	kiệt sức	exhaustion
hiếm	rare	Kim Qui	Golden Turtle
hiện lên	appear	kinh doanh	business
hiện nay	currently, at present	kinh tế	economics
hiếu khách	hospitable	ki-ốt	kiosk
hiệu sách (N), tiệm sách (S)	bookstore	kỹ sư	engineer
hiệu vàng (N), tiệm vàng (S)	jewelry store	**KH**	
họ	family name	khá	rather, somewhat
họ	they	khá	well
Hồ Gươm	Sword Lake	khác (với)	different (from)
Hồ Hoàn Kiếm	Lake of the Restored Sword	khách	guest
		khách du lịch, du khách	tourist
hộ chiếu	passport	khách sạn	hotel
Hoa	Chinese (ethnicity)	khám	examine
hóa đơn	check	khát, khát nước	thirsty
hóa ra vậy	is that so	khắp nơi	everywhere
hoặc	or	khi nào	when
hỏi	ask	khí hậu	climate
hỏi đường	ask for directions	khỉ	monkey
hòn	classifier	khiêu vũ, nhảy đầm	dance
hót	warble		
hơi	rather	khoảng	about
hồi nào (S)	when (past)	khóc	cry
hôm nay	today	khỏe	fine, well, healthy
hôm qua	yesterday	không	no
hồng hồng	pinkish	không bao giờ	never
hương	scent, incense	không bị sao	fine, OK
		Không có gì (N)/ chi (S).	You're welcome.
I		không có nhà, đi vắng	not at home
ít	a little		
ít khi	seldom	không ... nào cả	not any ... at all
		không ... nữa	not ... anymore
K		không sao đâu	it's not serious; it's OK never mind
kem	ice cream		
kế hoạch	plan	khu	classifier
kể (cho ... nghe)	tell	khuya	late at night

L

là	be
lạc đường	lose one's way
lại	again
làm	do
làm	cause
làm ơn	do a favor, please
làm quen	make friends
làm thơ	compose poetry
làm việc	work (v.)
lạnh	cold
Lào	Laos
lát	moment
lắm	very
lặn	dive
lăng	(imperial) tomb
lần	time
lần sau/tới	next time
lâu	long (in time)
lấy	take
lên	up
lên	get in
lên	on, turn on
lên kế hoạch	make plans
lên làm vua	become king
lên xuống	go up and down
lịch sử	history
liên tục	continuously, in a row
lo	worry
lon	can (n.)
lỡ	done (cannot be changed)
lỡ	in case
lỡ	miss
lớn	large, big
lớn lên	grow up
lớn nhất	biggest, largest
lớn thứ ba	third largest
lớn thứ nhì/hai	second largest
lời khuyên	advice
lối sống	lifestyle
lúc	at (time)

lúc đó	at that moment
lúc nào cũng	always
luận án	dissertation
luật sư	lawyer
luôn	also, as well
luôn luôn	always
luôn thể	also
lưng	back
lười (N), làm biếng (S)	lazy
lý thú	memorable, enjoyable
lý tưởng	ideal

M

mãi	forever
mang	bring, carry
mát	cool
mát mẻ	fresh and cool
màu	color
may mắn	fortunate
máy điều hòa (N), máy lạnh (S)	AC unit
mặc cả	haggle, bargain
mặn	salty
mất	cost, take (literally, it means "lose")
mất bao lâu	how long does/will it take
mây	cloud
mấy	how many
mấy	several
mẹ (N), má (S)	mother
mê	crazy, passionate (about)
mệt	tired
miền	region
miền Bắc	North Vietnam
miền Nam	South Vietnam
miền Trung	Central Vietnam
miễn phí	free
miếu	shrine, temple

mình	I, me (intimate, used when talking to close friends)	nên	should
		nếu	if
		nếu thế	if so
mình	intimate "we"	no	full
mỏi chân	have aching legs	nó	it
món	item	nói	speak
món ăn	dish	nói chung	in general, generally speaking
món (tráng miệng)	dessert		
		nói chuyện	talk, chat
mở	turn on, open	nói đùa	joke, kid
mới	new	nói láo, nói dối	tell lies
mời	invite	nói thật	speak the truth
mỗi	each	nón lá	(conical) straw hat
môn thể thao	sport	nóng	hot
một chút	a little while	nơi	place
một mình	by oneself	nổi tiếng	famous
một số	a number of	nông dân	farmer
mua	buy	nửa đêm	midnight
mùa đông	winter	nửa	half
mùa hè	summer	nữa	more
mùa thu	autumn	nước	country
mùa xuân	spring	nước	water
mũi	nose	nước đá	ice water
muốn	want (v.)	nước cam	orange juice
muộn	late	nước mía	sugar cane juice
mưa	rainy, rain	nước ngoài, ngoại quốc	foreign
mượn	borrow, check out		
Mỹ	America, American		

N

Nam Ca-li	Southern California
nào	which
nào đó	certain
này	this
nắng	sunny
năm	year
năm ngoái	last year
nằm	lie (in bed)
nằm	lie, be located
nặng nặng	pretty heavy
nâu	brown
nấu	cook
nấu cơm	prepare a meal

NG

ngã tư	intersection
ngạc nhiên	surprised
ngành	major
ngay	right away
ngay	right, exactly
ngay trước mặt	right in front
ngày	day
ngày kia	day after tomorrow
ngày mai	tomorrow
ngày xưa	a long time ago, once upon a time
ngắm	admire, gaze at
ngân hàng, nhà băng	bank

ngoài kia/đó	out there
ngoại ngữ, tiếng nước ngoài	foreign language
ngoài ra	besides, also
ngoắc tay	wave
ngon	delicious
ngon	well
ngọt	sweet
ngôi	classifier
ngồi	sit
ngủ qua đêm	stay overnight
ngủ trưa	take a nap
ngủ	sleep (v.)
người	person
người bán hàng	seller
người bạn cũ	old friend
người dân tộc (thiểu số)	ethnic people(s)
người Hà Nội	Hanoian, Hanoi resident
người nhà	family member
người nói láo, người nói dối	liar
người phục vụ	waiter

NGH

nghe nhạc	listen to music
nghe nói	hear
nghèo	poor
nghề	occupation
nghệ thuật	art
nghỉ	rest
nghỉ xả hơi	take a break, rest
nghĩ	think
nghiên cứu	research

NH

nhà	home
nhà	house
nhà ga	train station
nhà hàng	restaurant
nhà Minh	Minh dynasty
nhà văn, văn sĩ	novelist

nhạc sĩ	musician
nhạc sống	live music
nhanh nhanh	kind of fast
nhau	each other, one another
nhắc	remind
nhắc đến	mention
nhắn	leave a message
nhân viên	employee
nhất là	especially
nhất	most, the most, the best
Nhật	Japanese, Japan
nhớ	remember
nhộn nhịp	bustling
nhé	OK?
nhiều	much, a lot
nho nhỏ	rather small, smallish
nhỏ	small
như, giống như	like (prep.)
nhức đầu	headache
nhưng	but
những	plural marker

Ơ

ở	at
ở	be (at a certain location)
ở	stay at/in; at/in
ở lại	stay
ơi	word used to catch someone's attention

Ô

ô (N), dù (S)	umbrella
ông	Mr., term of address for an older man

P

phải (N), mặt (S)	right
phải	have to, must
phải	right
Pháp	French, France

Phật Bà	Lady Buddha	ráng, cố gắng	try
phòng	room	rảnh	free (time)
phòng ăn	dining room	rạp xi-nê	movie theater
phòng cách ly	departure lounge	rau sống	raw vegetables
phòng đôi	double room	rất	very
phòng đơn	single room	rất là	very, more informal
phòng triển lãm nghệ thuật	art gallery		than "rất"
		rẻ	cheap
phòng vấn	interview	rẽ (N), quẹo (S)	turn
phở	pho (popular Vietnamese noodle soup)	rét	chilly, having chills
		rồi	already
		rồi	then
phơi nắng	sunbathe	rùa	turtle
phố (N), đường (S)	street	rưỡi	half

Q

qua	through, crossing
quá	so
quà	gift
quà lưu niệm	souvenir
quả (N), trái (S)	classifiers for fruits (which can also function as pronouns)
quanh năm	year round
quay lại	return
quân	army
quần	pants
quần áo	clothes
quần vợt, ten-nít	tennis
Quận Cam	Orange County
quốc gia	nation
quý	precious
quý danh	name, formal way of saying "tên"
quyển (N), cuốn (S)	classifiers for books (which can also function as pronouns)

R

ra	go out to
ra khỏi	go out of
ra mồ hôi	perspire

S

sách	book
sạch sẽ	clean
Sài Gòn Nhỏ	Little Saigon
san hô	coral
sang	come over
sáng	morning (generally, the period from 4 a.m. to 10 a.m.)
sáng	light
sáng mai	tomorrow morning
sáng nay	this morning
sau	after
sau đó	after that
sau khi	after
sẵn	available
sẵn sàng	ready
sắp xếp	arrange
sân bay (N), phi trường (S)	airport
sẽ	will (time marker for the future)
sinh ra	be born
sinh viên	(university) student
sóng	wave
sở thú, thảo cầm viên	zoo
sở/cơ quan	workplace

sợ	afraid
sớm	early
sơn mài	lacquer
số	number
số mấy	what number
sổ mũi	runny nose
sông	river
sống	live (v.)
sống vui	lead a happy life
sốt	fever
sốt rét	malaria
sử dụng	use
sự ngẫu nhiên	coincidence
sữa	milk
sữa đậu nành	soy milk
sức khỏe	health
sương	dew

T

tác giả	author
tách	cup
tai nạn	accident
tài liệu	materials, documents
tài xế	driver
tại sao	why
tạm biệt	farewell, goodbye
tạnh	let up (the rain)
táo	apple
tàu	ship
tắc-xi	taxi
tắm	take a shower/bath
tắm	bathe, swim
tắm biển	swim in the sea
tặng	offer, dedicate
tắt	turn off
tầng (N), lầu (S)	floor
tập	practice
tất cả	total, all
Tây Ban Nha	Spanish, Spain
tên	name
ti-vi, truyền hình	television
tiến sĩ	PhD

tiền	money
tiễn	see someone off
tiếng	language
tiếng Anh	English
tiếng Ý	(the) Italian (language)
tiếp	continue
tiếp tục	continue
tiêu	digest
tiêu chảy	diarrhea
tiểu bang	state
tiểu thuyết	novel, fiction
tìm	look for
tìm thấy	find
tình nguyện	volunteer (v.)
tính	intend
tính	calculate
to	big, heavily
toàn là	full of
tới, sau	coming, next
tôi	I
tối	night (generally, the period from 7 p.m. to 9 p.m.)
tối	dark
tối nay	tonight
tốn	cost
tốt nghiệp	graduate
tốt	good, nice, kind
tụi (cháu)	informal we/us
tuần	week
tuổi	age
tuyển tập	collection
tuyệt	wonderful
từ	from
từ	word
từ láy	reduplication
từ lâu	for a long time
từ từ	slowly, gradually
tử tế	kind
tức là	that means
tươi	fresh
tưởng	(mistakenly) think
tượng	statue, statuette

TH

Thái Lan	Thailand
tham dự	attend, participate in
thám hiểm	explore
thang máy	elevator
tháng	month
tháng ba	March
tháng bảy	July
tháng chín	September
tháng hai	February
tháng một/giêng	January
tháng mười	October
tháng mười hai/chạp	December
tháng mười một	November
tháng năm	May
tháng sáu	June
tháng tám	August
tháng tư	April
thanh bình	peaceful
thanh niên	young people
thành lập	found, establish
thành phố	city
thành phố nghỉ mát	resort town
thảo nào	no wonder
tháp	tower
thay	change (one's clothes)
thăm	visit
thắng	win
thắng cảnh	sights
thẳng	straight
thân	close
thân thiện	friendly
thân yêu	dear, loving
thần	deity
thấp	short
thất nghiệp	unemployed
thật	indeed
thật (là)	truly
thật ra (N), thực ra (S)	in truth, to tell the truth

theo	also
theo học	pursue a field of study
thế à (N), vậy hả (S)	really
thế nào	how
thêm ... nữa	more
thi sĩ, nhà thơ	poet
thi trượt	fail an exam
thí dụ, ví dụ	(for) example
thì	then
thì sao	how about, what about
thích	like (v.)
thỉnh thoảng	sometimes
thơ	poetry
thơ mộng	romantic
thời gian	time
thời trang	fashion
thôi	well (used to introduce a change in subject)
thôi cũng được	OK (reluctantly)
thôi được	OK (reluctantly)
thông thạo, rành	fluent(ly)
thú	animal
thú vui	hobby
thuê (N), mướn (S)	rent
thuốc	medicine, medication
thuộc	belonging to
thuyền	boat
thư viện	library
thứ	classifier
thứ ba	Tuesday
thứ bảy	Saturday
thứ hai	Monday
thứ năm	Thursday
thứ sáu	Friday
thứ tư	Wednesday
thử	try
thưa	polite particle preceding a term of address
thưa thớt	sparse, sparsely

thức	stay awake
thực đơn	menu
thực hiện	realize, carry out
thực sự	in fact
thường	usually, normally
thường ngoạn	enjoy
thưởng thức	enjoy
thượng lộ bình an	have a safe trip

TR

trả	pay
trả giá	haggle, bargain
trả lại	return, give back
trai	male (person)
trái	left
tránh	avoid
trăng trắng	whitish
trắng	white
trẻ	young
trên	on
trễ	late
trở lại	return
trở thành	become
trở về	return, go back
trời	the weather (literally meaning "sky")
trị	treat
triệu chứng	symptom
trong	in
trong khi đó	whereas, meanwhile
trông	look, seem
trống	vacant
trung học	high school
Trung Quốc	China
trung tâm	center
trúng thực/ ngộ độc thức ăn	food poisoning
truyền thuyết	legend
truyện	tale, story
trưa	noon (generally, the period from 11 a.m. to 2 p.m.)

trưa nay	today's noon
trước	in advance
trước khi	before

U

Úc	Australian, Australia
uống	drink (v.)

Ư

ừ (N), ờ (S)	yes, used among close friends or with people younger than you
ưa chuộng	favorite
ước gì	wish
ước mơ	dream
ướt	wet

V

va-li	suitcase
và	and
vả lại	furthermore, besides
vài	a few
vải	textile, fabric
vàng	yellow
vàng	golden
văn	literature
vân vân	etc.
vẫn còn	still
vậy	so, in that case
vé	ticket
vé máy bay	plane ticket
ven theo	along (the edge of)
về	go back, go home
về	go to (a hotel)
vì	because, for
vì sao, tại sao	why
vì vậy	therefore
vĩ cầm, vi-ô-lông	violin
việc làm	work, job
viện bảo tàng	museum

viết	write	xanh dương/	blue
Việt	Vietnamese	da trời/nước	
Việt Nam	Vietnam	biển	
vịnh	bay	xanh lá cây	green
vòi hoa sen	shower(head)	xe	vehicle
vòng quanh	around	xe buýt	bus
với	to, with	xe cứu thương	ambulance
vội	hurry	xe đạp	bike
vua	king	xe (gắn) máy	motorbike
vui	happy, pleased	xe ô-tô (N),	car
vui chơi	have fun	xe hơi (S)	
vui vẻ	merry, joyous	xe ôm	motorbike taxi
vui vui	kind of fun	xe xích-lô	cyclo, pedicab
vườn	garden	xem	see
		xem phim/xi-nê	go to the movies

X

		xin	ask, would like
		xin lỗi	excuse (me)
xa	far	xinh xinh	pretty, cute
xa xa	in the distance	xong	finish
xám	gray	xuống	go down

English–Vietnamese glossary

A

a number of	một số
about	khoảng
AC unit	máy điều hòa (N), máy lạnh (S)
accident	tai nạn
admire	ngắm
advice	lời khuyên
afraid	sợ
Africa	Châu Phi
after	sau; sau khi
after that	sau đó
again	lại
age	tuổi
agency	hãng
ago	cách đây
agree	đồng ý
airline	hàng không
airport	sân bay (N), phi trường (S)
all	cả, tất cả
along (the edge of)	ven theo
already	rồi
also	cũng, cả … nữa, luôn (thể), ngoài ra, theo
always	luôn luôn , lúc nào cũng
ambulance	xe cứu thương
America, American	Mỹ
Americas	Châu Mỹ
ancestry	gốc
and	và
animal	thú
appear	hiện lên
apple	táo
April	tháng tư
army	quân, quân đội
around	vòng quanh
arrange	sắp xếp
arrive at/in	đến
art	nghệ thuật
art gallery	phòng triển lãm nghệ thuật
Asia	Châu Á
ask	hỏi; xin
ask for directions	hỏi đường
at	ở
at (+ time expression)	lúc
at home	có (ở) nhà
at present	hiện nay
at that moment	lúc đó
attend	tham dự
August	tháng tám
Australia	Châu Úc
Australian, Australia	Úc
author	tác giả
autumn	mùa thu
available	sẵn
avenue	đại lộ
avian flu	cúm gà
avoid	tránh

B

back (n.)	lưng
backache	đau lưng
banana	chuối
bank (financial institution)	ngân hàng, nhà băng
bank, shore	bờ
bargain	mà cả, mặc cả, trả giá
baseball	bóng chày, dã cầu
basketball	bóng rổ
bathe	tắm
bathtub	bồn tắm
bay	vịnh
be	là
be (at a certain location)	ở
be born	sinh ra
beach	bãi biển
bean	đỗ (N), đậu (S)
beautiful	đẹp
because	vì
become	trở thành
become king	lên làm vua
beef	thịt bò
before	trước khi
begin	bắt đầu
belong (to)	thuộc (về)
below	dưới
besides	ngoài ra; vả lại
big	lớn, to
biggest	lớn nhất, to nhất
bike	xe đạp
bird	chim
black	đen
blue	xanh dương/da trời/nước biển
boat	thuyền
book	sách
bookstore	hiệu sách (N), tiệm sách (S)
bored	chán
boring	chán

borrow	mượn
boulevard	đại lộ
bowl	bát (N), chén (S)
boyfriend	bạn trai
brave	gan
breakfast	bữa sáng
bride	cô dâu
bridge	cầu
bring	mang
British, Britain	Anh
bronze	đồng
brown	nâu
bus	xe buýt
business	kinh doanh
bustling	nhộn nhịp
but	nhưng
buy	mua
by	bằng
by oneself	một mình
by the way	à này
by what (means of transport)	bằng gì

C

calculate	tính
California	Ca-li
call (phone)	gọi (điện thoại)
can (aux. v.)	có thể
can (be able to)	được
can (n.)	lon
car	xe ô-tô (N), xe hơi (S)
careful(ly)	cẩn thận
carry out	thực hiện
carry	mang
cause (v.)	làm (cho)
center	trung tâm
Central Vietnam	miền Trung
certain (a certain thing)	nào đó
certainly	dĩ nhiên
Champa	Chàm
change (one's clothes)	thay (quần áo)

chat (v.)	nói chuyện	cost (v.)	tốn, mất
cheap	rẻ	country	nước
check (n.) (in a restaurant)	hóa đơn	couple	cặp, đôi
check out (from the library)	mượn	crazy (about)	mê
		crowded	đông, đông người
chilly	rét	cry	khóc
China	Trung Quốc	cup	tách
Chinese (ethnicity)	Hoa	currently	hiện nay
choose	chọn	customs	hải quan
Christmas	Giáng Sinh	cute	xinh xinh
city	thành phố	cyclo	xe xích-lô
city block	dãy phố		

D

classical	cổ điển	dance	khiêu vũ, nhảy đầm
classmate	bạn học	dark	tối
clean	sạch sẽ	day	ngày
climate	khí hậu	day after tomorrow	ngày kia
close (adj.)	thân	dear	thân yêu
close friend	bạn thân	December	tháng mười hai/chạp
clothes	quần áo		
cloud	mây	dedicate	tặng
coffee	cà-phê	deity	thần
coincidence	sự ngẫu nhiên	delicious	ngon
Coke	cô-ca	delta	đồng bằng
cold (adj.)	lạnh	demand	đòi
cold (n.)	cảm	departure lounge	phòng cách ly
collection	tuyển tập	descent	gốc
color	màu	dessert	món (tráng miệng)
come	đến	dew	sương
come over	sang	diarrhea	tiêu chảy
commemorate	ghi nhớ, tưởng niệm	different (from)	khác (với)
		digest	tiêu
community	cộng đồng	dine	ăn uống
company	công ty	dining room	phòng ăn
company	hãng	dinner	bữa tối
compose poetry	làm thơ	discuss	bàn luận
continent	châu	dish (of food)	món ăn
continue	tiếp, tiếp tục	dissertation	luận án (tiến sĩ)
continuously	liên tục	dive	lặn
cook (v.)	nấu	dizzy	chóng mặt
cool	mát	do	làm
copper	đồng	do a favor	làm ơn
coral	san hô		

doctor	bác sĩ
documents	tài liệu
dollar	đô-la, đô, Mỹ Kim
done (cannot be changed)	lỡ
don't	đừng
door	cửa
double room	phòng đôi
dream	ước mơ
drink (v.)	uống
driver	tài xế

E

each	mỗi
each other	nhau
early	sớm
eat	ăn
economics	kinh tế
elevator	thang máy
employee	nhân viên
engineer	kỹ sư
English (language)	Anh ngữ, tiếng Anh
enjoy	thưởng ngoạn, thưởng thức
enjoyable	lý thú
enough	đủ
especially	đặc biệt (là), nhất là
establish	thành lập
estuary	cửa (sông)
etc.	vân vân
ethnic people(s)	(người) dân tộc (thiểu số)
Europe	Châu Âu
even though	dù
evening	chiều
every day	hàng ngày
everywhere	khắp nơi
examine	khám
example (for example)	thí dụ, ví dụ
exchange money	đổi (tiền)
exchange rate	tỷ giá hối đoái

excuse (me)	xin lỗi
exhaustion	kiệt sức
expensive	đắt (N), mắc (S)
explore	thám hiểm

F

fabric	vải
fail an exam	thi trượt
family	gia đình
family member	người nhà
family name	họ
famous	nổi tiếng
far	xa
farewell	tạm biệt
farmer	nông dân
fashion	thời trang
father	bố (N), ba (S)
father (formal)	cha
favorite	ưa chuộng
February	tháng hai
feel	cảm thấy
female (person)	gái
fever	sốt
few	vài
fiction	tiểu thuyết
fight against	chống
find	tìm thấy
fine	khỏe
fine	không (bị) sao
finish	hết, xong
first	đầu tiên
fish	cá
fishing	đánh cá
flight	chuyến bay
floor	tầng (N), lầu (S)
flu	cúm
fluent(ly)	thông thạo, rành
fly	bay
follow	đi theo
food poisoning	trúng thực/ ngộ độc thức ăn
football (American)	banh bầu dục/ cà-na/Mỹ

for (the purpose of)	cho	go into	(đi) vào, (ghé) vào
for a long time	từ lâu	go out (to)	(đi) ra
foreign	nước ngoài, ngoại quốc	go out of	ra khỏi
		go places	đi đây đi đó
foreign language	ngoại ngữ, tiếng nước ngoài	go to (a hotel)	về
		go to bed	đi ngủ
forever	mãi	go to the doctor	đi khám bác sĩ
fortunate	may mắn	go to the movies	đi xem phim/xi-nê
found	thành lập	go up and down	lên xuống, đi lên đi xuống
free (of charge)	miễn phí		
free (time)	rảnh	golden	vàng
French, France	Pháp	Golden Turtle	Kim Qui
fresh	tươi	good	tốt
fresh and cool	mát mẻ	goodbye	tạm biệt
Friday	thứ sáu	gradually	từ từ
friend	bạn	graduate (v.)	tốt nghiệp
friendly	thân thiện	gray	xám
from	từ	great joy	diễm phúc
from here	cách đây	green	xanh lá cây
full (appetite)	no	groom	chú rể
full of	toàn là	grow up	lớn lên
furthermore	và lại	guess	đoán
		guest	khách

G

garden	vườn		
gaze (at)	ngắm	## H	
generally speaking	nói chung	haggle	mà cả, mặc cả, trả giá
German, Germany	Đức	half	nửa; rưỡi
get in	lên	happy	vui
get up	dậy	happiness	hạnh phúc
gift	quà	hate	ghét
give	cho	have	có; được
give	gửi (N), gởi (S)	have a safe trip	thượng lộ bình an
give (an older person) a gift	biếu	have aching legs	mỏi chân
		have breakfast	ăn sáng
give directions (to a place)	chỉ đường	have dinner	ăn tối
		have fun	vui chơi
glass (n.)	cốc (N), ly (S)	have lunch	ăn tối
go	đi	have something built	cho xây
go ahead	cứ		
go and have fun	đi chơi	have the opportunity	được, có cơ hội
go back, go home	về		
go down	(đi) xuống	have to	phải

headache	nhức đầu	if so	nếu thế
health	sức khỏe	immigrate	di cư
healthy	khỏe	in advance	trước
hear	nghe; nghe nói	in case	lỡ
heavily (rain)	to	in fact	thực sự
hello	chào	in general	nói chung
help (v.)	giúp	in order to	để
here	đây	in the distance	xa xa
high school	trung học	in the middle of	giữa
history	lịch sử	in	trong
hobby	thú (vui)	in truth	thật ra (N),
home	nhà		thực ra (S)
honor (v.)	ghi nhớ,	incense	hương (N),
	tưởng niệm		nhang (S)
honored	hân hạnh	including	kể cả
hospitable	hiếu khách	indeed	thật
hospital	bệnh viện (N),	indigestion	ăn không tiêu
	nhà thương (S)	inhabitants	dân cư
hot	nóng	intend	tính
hotel	khách sạn	interesting	hấp dẫn
house	nhà	interesting	hay
how	thế nào	intersection	ngã tư
how about	thì sao	interview	phỏng vấn
how far	bao xa	introduce	giới thiệu
how long	bao lâu	invite	mời
how long	bao lâu rồi	is that so	hóa ra vậy
(up till now)		island	đảo
how long does/	mất bao lâu	it	nó
will it take		Italian (language)	tiếng Ý
how many	mấy	item	món
how much	bao nhiêu	it's not serious;	không sao đâu
how much longer	bao lâu nữa	it's OK; never mind	
hungry	đói	it's time	đến giờ
hurry	vội		
husband	chồng	**J**	
		January	tháng một/giêng
I		Japanese, Japan	Nhật
I	tôi (formal);	jewelry store	hiệu vàng (N),
	mình (intimate)		tiệm vàng (S)
ice cream	kem	joke (v.)	nói đùa
ice water	nước đá	joyous	vui vẻ
ideal	lý tưởng	July	tháng bảy
if	nếu	June	tháng sáu

K

key	chìa khóa
kid (v.)	nói đùa
kilo	cân (N), ký (S)
kilometer	cây số
kind of fast	nhanh nhanh
kind of fun	vui vui
kind of hungry	đoi đói
kind of slow	chầm chậm
kind	tốt, tử tế
king	vua
kiosk	ki-ốt
knock	gõ
know	biết

L

lacquer	sơn mài
Lady Buddha	Phật Bà
lake	hồ
Lake of the Restored Sword	Hồ Hoàn Kiếm, Hồ Gươm
lamp	đèn
landscape	cảnh trí, phong cảnh
language	tiếng
Laos	Lào
large	lớn
largest	lớn nhất
last year	năm ngoái
late	muộn (N), trẻ (S)
late at night	khuya
Latin America	Châu Mỹ La Tinh
laugh	cười
lawyer	luật sư
lazy	lười (N), làm biếng (S)
lead a happy life	sống vui
leave	để
leave a message	nhắn
left (on the left)	trái
legend	truyền thuyết
lend	cho mượn

less	đỡ
let	để; cho
let up (rain)	tạnh
liar	người nói láo, người nói dối
library	thư viện
lie (be located)	nằm
lie (in bed)	nằm
life	cuộc sống
lifestyle	lối sống
light (adj.) (not dark)	sáng
light (n.)	đèn
like (prep.)	như, giống như
like (v.)	thích
listen to music	nghe nhạc
literature	văn, văn học, văn chương
a little	ít, một ít, một chút
Little Saigon	Sài Gòn Nhỏ
live (v.)	sống
live music	nhạc sống
loan	cho mượn
long (in length)	dài
long (in time)	lâu
a long time ago	ngày xưa
look (seem, appear)	trông
Look!	Kìa! Nhìn kìa!
look for	tìm
lose one's way	lạc đường
a lot	nhiều
loving	thân yêu
luggage	hành lý
lunch	bữa trưa

M

made of	(làm) bằng
magic sword	gươm/kiếm thần
major (field of study)	ngành (học)
make an appointment	hẹn, lấy hẹn
make friends	làm quen
make plans	lên kế hoạch

malaria	sốt rét
male (person) (adj.)	trai
March	tháng ba
market	chợ
married	có gia đình
married couple	cặp vợ chồng
materials	tài liệu
May	tháng năm
maybe	chắc, có lẽ
mean (v.)	có nghĩa là
meanwhile	trong khi đó
medication	thuốc
medicine	thuốc
meet	gặp
memorable	lý thú
mention (v.)	nhắc đến
menu	thực đơn
merry	vui vẻ
midnight	nửa đêm
milk	sữa
Minh dynasty	nhà Minh
miss	lỡ
Miss	cô
moment	lát
Monday	thứ hai
money	tiền
monkey	khỉ
month	tháng
more	nữa, thêm … nữa
morning	sáng
most	nhất
mother	mẹ (N), má (S)
motorbike	xe (gắn) máy
motorbike taxi	xe ôm
movie theater	rạp xi-nê
Mr.	ông
Mrs.	bà
much	nhiều
museum	viện bảo tàng, bảo tàng viện
musician	nhạc sĩ
must	phải

N

name (n.)	tên; quý danh (formal)
name (v.)	đặt tên
nation	quốc gia
near	gần
need	cần
never	không bao giờ
new	mới
next time	lần sau/tới
next to	bên cạnh
nice	tốt
night	tối, đêm
no	không
no wonder	thảo nào, hóa ra
noon	trưa
normally	(thông) thường
North Vietnam	miền Bắc
nose	mũi
not … anymore	không … nữa
not any … at all	không … nào cả
not at home	không có nhà, đi vắng
not yet	chưa
novel	tiểu thuyết
novelist	nhà văn, văn sĩ
November	tháng mười một
now	bây giờ
number	số

O

occupation	nghề, nghiệp
October	tháng mười
of	của
of course	dĩ nhiên
OK	được, không (bị) sao
OK (reluctantly)	thôi (cũng) được
OK?	nhé
old friend	người bạn cũ
on	trên
once upon a time	ngày xưa

one another	nhau	please	làm ơn
one's child(ren)	con	pleased	vui
only	(chỉ) … thôi	poem	bài thơ
opposite	đối diện	poet	thi sĩ, nhà thơ
or	hay (là), hoặc	poetry	thơ
orange	cam	politics	chính trị
Orange County	Quận Cam	poor	nghèo
orange juice	nước cam	population	dân cư
order (food)	gọi	post office	bưu điện
ostrich	đà điểu	postcard	bưu thiếp
other	kia	practice	tập
out (not at home)	đi vắng	precious	quý
out there	ngoài kia/đó	prepare a meal	nấu cơm
over there	đằng kia	pretty	đẹp
		pretty	xinh xinh
P		price	giá
pagoda	chùa	professor	giáo sư
pair	cặp, đôi	program	chương trình
pants	quần	pursue a field of study	theo học
participate	tham dự	put	để
passionate (about)	mê		
passport	hộ chiếu, giấy thông hành	**R**	
pay (v.)	trả	rainy, rain	mưa
pay attention to	để ý đến	rare	hiếm
peaceful	thanh bình	rather	hơi, khá
peach	đào	rather heavy	nặng nặng
pedicab	xe xích-lô	rather sad	buồn buồn
perhaps	chắc, có lẽ	rather small	nho nhỏ
person	người	raw vegetables	rau sống
perspire	ra mồ hôi	read	đọc
PhD	tiến sĩ	ready	sẵn sàng
phone (n.)	điện thoại	realize	thực hiện
phone (v.)	gọi điện thoại	Really?	Thế à (N)? Vậy hả (S)?
piano	dương cầm, pi-a-nô		
pick up	đón	red	đỏ
picture	ảnh (N), hình (S)	reddish	đo đỏ
pillar	cột	reduplication	từ láy
pinkish	hồng hồng	region	miền
place	chỗ, nơi	regrettable	đáng tiếc
plan (n.)	kế hoạch	remember	nhớ
plane ticket	vé máy bay	remind	nhắc
play	chơi		

rent	thuê (N), mướn (S)	seller	người bán hàng
research	nghiên cứu	send	gửi (N), gởi (S)
resort town	thành phố nghỉ mát	September	tháng chín
rest (v.)	nghỉ	several	mấy, vài, một vài
restaurant	nhà hàng	shared	chung
return (give back)	trả lại	ship	tàu
return (go back)	trở lại, trở về quay lại	shirt	áo sơ-mi
rich	giàu	shoe	giày
ride	cưỡi	short	thấp
right (adj.) (on the right)	phải (N), mặt (S)	should	nên
right (correct)	đúng, phải	shower(head)	vòi hoa sen
right away	ngay	shrine	miếu
right in front	ngay trước mặt	sick	bệnh (N), bịnh (S)
river	sông	side	bên
romantic (landscape)	thơ mộng	sight (scenic spot)	thắng cảnh
room	phòng	signboard	bảng hiệu
row (a boat)	chèo	singer	ca sĩ
run	chạy	single (unmarried)	độc thân
runny nose	sổ mũi	single room	phòng đơn
		Sino-Vietnamese	Hán Việt
		sit	ngồi
		sleep (v.)	ngủ
		sleepy	buồn ngủ
		small	nhỏ

S

sad	buồn	smallish	nho nhỏ
safe	an toàn	smile	cười
salty	mặn	so	quá
sand	cát	so (in that case)	vậy
Saturday	thứ bảy	sometimes	thỉnh thoảng
save (money)	để dành	somewhat	hơi, khá
say goodbye	chia tay	song	bài hát, bản nhạc
scent	hương	soup	canh
sculpture	điêu khắc	sour	chua
sea	biển	South Korea	Hàn Quốc, Nam Hàn
seagull	hải âu	South Vietnam	miền Nam
seat	chỗ, chỗ ngồi	Southern California	Nam Ca-li
second largest	lớn thứ nhì/hai		
see	xem	souvenir	quà lưu niệm
see someone off	tiễn	soy milk	sữa đậu nành
see you again	hẹn (ngày) gặp lại	Spanish, Spain	Tây Ban Nha
seldom	ít khi	sparse, sparsely	thưa thớt
sell	bán		

speak	nói
speak the truth	nói thật
sport	môn thể thao
spring (season)	mùa xuân
stand	đứng
state (of the fifty states)	tiểu bang, bang
statue	tượng
statuette	tượng nhỏ
stay	ở lại
stay at/in	ở (tại)
stay awake	thức
stay overnight	ngủ qua đêm
steam (v.)	hấp
steamed rice	cơm
still	còn, vẫn còn
stomach ache	đau bụng
store	hiệu, cửa hàng (N); tiệm, cửa tiệm (S)
story	truyện
straight	thẳng
straw hat (conical)	nón lá
street	phố (N), đường (S)
student (university)	sinh viên
study abroad	du học
suddenly	bỗng nhiên
suffer from	bị
sugar	đường
sugar cane juice	nước mía
suitcase	va-li
summer	mùa hè
sunbathe	phơi nắng
Sunday	chủ nhật
sunny	nắng
surely	chứ
surprised	ngạc nhiên
sweet	ngọt
sweet dessert	chè
swim	bơi
swim	bơi, tắm
swim in the sea	tắm biển

swine flu	cúm lợn (N), cúm heo (S)
symptom	triệu chứng

T

table	bàn
Taiwanese, Taiwan	Đài Loan
take	lấy
take a break	nghỉ xả hơi
take a nap	ngủ trưa
take a shower/bath	tắm
take a stroll	dạo chơi
take off	cởi
take pictures	chụp ảnh (N), chụp hình (S)
tale	truyện
talk	nói chuyện
tall	cao
taxi	(xe) tắc-xi
tea	chè (N), trà (S)
television	ti-vi, truyền hình
tell	báo, bảo, kể (cho … nghe)
tell lies	nói láo, nói dối
temple	đền, chùa
tennis	quần vợt, ten-nít
textile	vải
Thailand	Thái Lan
thank	cám ơn
that	đó, kia
that means	tức là
then	rồi, thì
there	đó, kia
there is/are	có
therefore	cho nên, do đó, vì vậy
they	họ
think	nghĩ
think (mistakenly)	tưởng
third largest	lớn thứ ba
thirsty	khát, khát nước
this	này

this evening	chiều nay	use	sử dụng
this morning	sáng nay	usually	thường
through	qua		
Thursday	thứ năm	**V**	
ticket	vé	vacant	trống
time	giờ; thời gian; lần	vehicle	xe
tired	mệt	very	rất, lắm, rất là
to	đến		(more informal
to tell the truth	thật ra (N),		than "rất")
	thực ra (S)	Vietnam	Việt Nam
today	hôm nay	Vietnamese	tiếng Việt; người
today's noon	trưa nay		Việt
tomb (imperial)	lăng	Vietnamese	đồng
tomorrow	ngày mai	currency	
tomorrow morning	sáng mai	Vietnamese	áo dài
tonight	tối nay	traditional dress	
too	cũng	violin	vĩ cầm, vi-ô-lông
total	tất cả	visit	thăm
tourist	khách du lịch,	visit for a short time	ghé thăm
	du khách	volunteer (v.)	tình nguyện
tower	tháp		
traditional	cổ truyền	**W**	
traffic lights	đèn xanh đèn đỏ	wait	chờ, đợi
train station	nhà ga	waiter	người phục vụ,
translate	dịch		bồi bàn
travel (for pleasure)	(đi) du lịch	walk (v.)	đi bộ
treat (an ailment)	trị	want (v.)	muốn
tree	cây	warble	hót
truly	thật (là)	warm	ấm
try	cố gắng, ráng; thử	water	nước
Tuesday	thứ ba	wave (n.)	sóng
turn	rẽ (N), quẹo (S)	wave (v.)	ngoắc tay
turn off	tắt	we	chúng ta; chúng
turn on	mở, bật lên		tôi/em/cháu; mình
turtle	rùa		(intimate)
		weather	thời tiết
U		weave	dệt
umbrella	ô (N), dù (S)	Wednesday	thứ tư
uncle	chú, bác	week	tuần
unemployed	thất nghiệp	weekend	cuối tuần
university	đại học	well (adv.)	giỏi
up	lên	well	khỏe
		wet	ướt

what	gì	worry	lo
what about	thì sao	would like	xin
what number	số mấy	write	viết
when (past)	hồi nào (S)		

Y

when	bao giờ, khi nào	year round	quanh năm
where	đâu	year	năm
which	nào	yellow	vàng
white	trắng	yes	vâng (formal) (N),
whitish	trắng trắng		dạ (S); ừ (N), ờ (S)
who	ai		(familiar)
why	tại sao, vì sao		
will	sẽ (time marker for the future)	yes–no question	có … không?
		yesterday	hôm qua
win	thắng	you (female peer)	chị
window	cửa sổ	you (male peer)	anh
winter	mùa đông	young	trẻ
wish	chúc; ước gì	young girl	cô gái
with	với	young lady	cô
wonderful	tuyệt	young people	thanh niên
word	từ	You're welcome.	Không có gì (N)/
work (n.)	việc làm		chi (S).
work (v.)	làm việc		

Z

workplace	sở, cơ quan	zoo	sở thú, thảo cầm viên
World Cup	Cúp Thế Giới		

Reference grammar

1 Nouns and noun phrases

1.1 Subject and possessive pronouns

You will notice that the subject pronoun **tôi** ("I") is also used for the possessive "my."

Tôi là Nam.	I am Nam.
Bạn tôi là John.	My friend is John.

1.2 Demonstratives ("this" and "that")

There are three words in Vietnamese corresponding to the English "this" and "that":

Tôi thích buồng *này.*	I like *this* room.
Tôi thích buồng *kia.*	I like *that* room.
Tôi thích buồng *ấy.*	I like *that* room.

Cái va-li *kia* là của tôi.
That case over there is mine.

Va-li đó (*ấy*) là cuả cô Anna.
That case (the one you just mentioned) is Anna's.

Kia usually refers to something you can see. **Ấy** often refers to something that has been mentioned but may not be visible. Notice that the demonstrative follows the noun.

1.3 The classifiers

Vietnamese uses classifiers to denote singular or plural and to substitute for a noun. Different classifiers are used depending on what you are referring to. You will come across the classifier **cái** used to refer to a range of inanimate objects:

cái **buồng**	*a* room
cái **bàn**	*a* table
cái **ghế**	*a* chair

With the demonstratives it is optional:

> **Tôi thích *cái* buồng này.**   I like *this* room.
> or **Tôi thích buồng này.**

Cái is often used to correspond more or less to the English "one" as in:

> *cái* **này**   this one   *cái* **kia**   that one

When you answer a question about something you can use the classifier on its own in the answer (as long as it is clear what you are talking about).

Ông có bao nhiêu *cái* bàn?
How many tables do you have?

Tôi có hai mươi *cái*.
I have twenty (tables).

Ông có mấy *cái* bút?
How many pens do you have?

Tôi có năm *cái*.
I have five (pens).

Classifiers are normally used when we are referring to a specific object, not when we are talking about things in general:

Tôi muốn mua một *quyển* (cuốn) sách.
I want to buy *a* book.

Tôi muốn mua một *cuốn* sách về lịch sử Việt Nam.
I want to buy *a* book about Vietnamese history.

But:

Sách ở đây rẻ lắm.
Books are very cheap here.

Sách ở Luân Đôn đắt lắm.
Books in London are very expensive.

The classifiers **cuốn**, **quyển** can also be used with: **từ điển** ("dictionary"), **lịch** ("calendar").

The classifier **tờ** can be used with:

tờ báo   a newspaper   *tờ* giấy   a sheet of paper

Here are some more examples of classifiers:

một *cái* bàn	*a* table
một *cái* ghế	*a* chair
một *cái* bút	*a* pen
một *quả* chuối	*a* banana
một *quả* cam	*an* orange
một *quả* chanh	*a* lemon
một *con* cá	*a* fish
một *con* gà	*a* chicken
một *con* chó	*a* dog

1.4 Plurals of nouns

Nouns which take the classifier **cái** can be made plural by adding **những**:

cái bàn	a table
những cái bàn	tables

With people, use **các** and **những**:

bà	lady
các bà	ladies
ông	gentleman
các ông	gentlemen
thưa các ông các bà	ladies and gentlemen

There is a slight difference between the use of **các** and **những**. For example, both **những người khách** and **các vị khách** mean "the guests." In some contexts, **những người khách** indicates a larger number than **các vị khách**.

1.5 The reciprocal pronoun nhau

Nhau corresponds to "each other" or "one another."

1.6 The reflexive pronoun tự

tự can mean "myself," "himself," "herself," "themselves," etc.

Tôi *tự* làm.
I am doing it *myself.*

Cô ấy *tự* học.
She is learning *by herself.*

1.7 Pronouns

Pronouns used between close friends:

mình, tớ	I, me
chúng mình, chúng tớ	we, us
cậu	you (*singular*)
các cậu	you (*plural*)

1.8 The pronoun mình

We saw at the beginning of the lesson that **mình** ("I, me") is used only between close friends or husband and wife. **Mình** is sometimes also used to mean "you" between two very close friends or between husband and wife. For example (a wife talking to her husband):

Mình ơi, có ông bà James đến chơi.
Darling, we have visitors, Mr. and Mrs. James.

Here are some other examples of **minh** where it corresponds to "our":

nhà *mình*   *our* house, home
nước *mình*   *our* country

Mình also can mean "alone, by oneself":

sống một *mình*   live *alone*
làm một *mình*   work *alone*

1.9 Constructions with words which have opposite meanings

cũng có ... cũng có ...   there are ... there are
                           some are ... some are ...

Cũng có thứ tốt, *cũng có* thứ không.
Some are good, *some are* not.

1.10 Interrogative pronouns

gì? what?   nào? which?

Nào and **gì** come at the end of the sentence:

Ông muốn mua cuốn sách *nào*?
Which book do you want to buy?

Ông muốn mua *gì*?
What do you want to buy?

Notice that **nào** is used with the classifier whereas **gì** is not.

1.11 Constructions with thì meaning "anywhere" and "anything"

Anh muốn đi đâu *thì* đi.
You can go *anywhere* you like.

Anh muốn làm gì *thì* làm.
You can do *anything* you like.

1.12 "All," "both" and "everyone"

Cả and **cả hai** mean "both." For example:

Xin mời *cả hai* vị cùng đến.
Please come *together* (both of you).

Cả also means "all" or "everyone."

Ông bà và các cháu đều mạnh khỏe *cả* chứ ạ.
You and your children are *all* well, I hope.

1.13 The use of nữa ("more, else")

Nữa can be used in combination with **gì** to mean "what else." **Gì nữa** can also mean "anything else," "any more" or "nothing else," "nothing more."

Ông có muốn *gì nữa* không?
Do you want *anything else*?

Tôi không muốn *gì nữa*.
I don't want *any more*.

On its own **nữa** means "more":

Tôi muốn ăn *nữa*.
I want to eat *more*.

Tôi muốn làm *nữa*.
I want to work *more*.

1.14 Bất cứ ("any")

bất cứ nơi nào	*any*where
bất cứ ai, *bất cứ* người nào	*any*one, *any*body
bất cứ cái gì	*any*thing
Tôi không thích *bất cứ* ai.	I do not like *any*one.
Tôi không thích ai cả.	
Tôi không thích *bất cứ* cái gì.	I like nothing
Cái gì tôi cũng không thích.	*or* I do not like *any*thing.

1.15 More constructions with "anything"

Gì, nào: noun + **nào mà chả (chẳng) được**

Muốn thuế ô tô *nào mà chả được*.
You can hire *any* car you want.
(*lit.* Any car you want to hire you can hire)

Anh ấy muốn mua nhà *nào mà chả được*.
He can buy *any* house.

verb + **gì mà chả (chẳng) được.**

Muốn làm *gì mà chả được*.
You can do *any*thing you want.

2   Basic sentence patterns

2.1 Adjectives as subject complements

Tôi mệt.	I am tired.
Tôi khỏe.	I am fine, well.
Chúng tôi khỏe.	We are well.
(subject – subject complement)	(subject – be – subject complement)

In the above example the adjective "tired" refers to or complements the subject "I." In English we use the verb "to be" to link a subject and its complement. Vietnamese does not need a verb to link them – as you can see in the example.

To make the sentence negative, put **không** before the adjective:

Tôi *không* mệt.	I am not tired.
Cô Anna *không* khỏe.	Miss Anna is not well.

The simplest way of asking a yes–no question is with **có … không**

Cô có mệt *không*?
Are you tired, Miss?

Ông *có* khỏe *không*?
How are you? (Are you well or not?)

2.2 Là ("to be")

Tôi là Trần Hoàn.   I *am* Tran Hoan.
Tôi *là* thày giáo.   I *am* a teacher.

Andrew Bond *là* thày giáo.
Andrew Bond *is* a teacher.

Andrew Bond và Tony White *là* thày giáo.
Andrew Bond and Tony White *are* teachers.

Là connects the subject with a subject complement consisting of a noun or noun phrase. Notice in the above examples that it does not change its form. In Vietnamese verbs do not change according to number, person or tense. You will notice that the singular and plural forms of the noun "teacher" are also the same.

2.3 Negatives with là

Tôi *không phải là* thày giáo.
I am not a teacher.

Ông Bond *không phải là* bạn tôi.
Mr. Bond *is not* my friend.

Notice that **không phải** comes before **là**.

2.4 Có ("yes, to be, to have")

Cô Anna, cô *có* mệt không?   *Are you* tired, Anna?

Ông *có* va-li không?   *Do you have* a suitcase?
Có, tôi *có*.   Yes, *I do*.
Không, tôi không *có*.   No, *I don't* (have).

2.5 Imperatives

Verbs in Vietnamese do not change according to number, person or tense. In other words the form of the verb in "they went" (**ve**) is exactly the same as in "I go." At least this aspect of Vietnamese grammar should not give you too much difficulty! So the imperative form is the same as the infinitive. We can use the imperative form to indicate an invitation or a request:

Xin mời đến khách sạn.
Please *come* to the hotel.

Xin *chuyển* hành lý về khách sạn.
Please *take* the luggage to the hotel.

2.6   Đi in imperatives

Đi is used as a final particle in imperative sentences with the meanings: "go ahead and, be sure to, let's," etc. depending on the context. Again, it is difficult to give a straightforward translation into English, but you will be able to see the meaning from the context. Often it corresponds to the first person imperative "let's." For example:

Chúng ta đi *đi*.   *Let's go*, shall we.
Anh phải đi học *đi*.   *You should go* to study.
Đi làm *đi*.   *Let's go* to work.

2.7   The use of hơn to indicate comparison

tiện   convenient   **tiện *hơn***   more convenient

Notice that **hơn** is used after the adjective to make a comparison. It can also be used with some verbs in a similar way:

Tôi thích cái buồng này.
I like this room.

Tôi thích cái buồng này *hơn*.
I like this room more. (I prefer it)

2.8   Comparative and superlative

We have seen that an adjective or stative verb combines with **hơn** ("more") to make a comparative. Adjectives or stative verbs combine with **nhất** to make a superlative. So we have:

đắt   expensive
đắt *hơn*   *more* expensive
đắt *nhất* *the most* expensive

2.9 Chẳng, chẳng cứ ("do not, not only")

Chẳng is one of the idiomatic forms of negation. It is used in colloquial speech to replace the regular form of negation, **không**. For example:

Tôi không đi đâu cả.   Tôi *chẳng* đi đâu cả.

The two have the same meaning: "I'm not going anywhere."

2.10 Vừa ... vừa ("both ... and")

Anh ấy *vừa* làm *vừa* học.
He works and studies at the same time.

Cô ấy *vừa* biết nói tiếng Pháp *vừa* biết nói tiếng Đức.
She can speak French *and* German.

Notice the position of **vừa** in the sentence.

2.11 Conditional sentences

Mà combines with **nếu** to mean "if":

Nếu anh không đi thì tôi cũng không đi.
or **Nếu mà anh không đi thì tôi cũng không đi.**
   If you are not going then I am not going either.

Nếu mà suggests a slightly more hypothetical condition than **nếu** on its own.

2.12 Unreal conditionals

Mà also occurs as a subordinating conjunction with the meaning "if" (contrary to the present situation or in the unlikely event that) as in:

Anh *mà* làm bác sĩ ở Mỹ thì giàu.
If you worked as a doctor in the USA you would be rich.

Cô *mà* về Việt Nam thì bố mẹ cô vui lắm.
If you went back to Vietnam your parents would be very happy.

2.13 Expressions without linking words

There are a number of constructions in Vietnamese in which verbs are put together without words to link them together. Here are some examples:

Nghe anh nói cũng thấy vui lên.
Listening to you makes me feel happier.
(*lit.* listen you say also feel happier)

Nghe anh nói cũng thấy ngon rồi.
You make it sound delicious.

3   Questions

3.1   Yes–no questions

The simplest way of asking questions in Vietnamese is to use **có** and **không** ("yes ... no").

Anh *có* tiền *không*?   Do you have money?

***Có*, tôi có tiền.**   *Yes*, I have.
***Không*, tôi không có tiền.**   *No*, I don't.

Another way of asking questions is to use **là ... không**.

3.2   Questions with phải ... không

We can make a question by adding **phải** ("yes") and **không** ("no") to the end of a statement:

Cô Anna học ở trường đại học Luân Đôn.
Anna studies at the University of London.

Cô Anna học ở trường đại học Luân Đôn *phải không*?
Anna studies at the University of London, *doesn't she*?

This asks for confirmation of the statement in the same way as the question tag "doesn't she," "isn't it," etc. in English. Here are two ways of confirming the statement in the answer:

Vâng, cô Anna học ở trường đại học Luân Đôn.
Yes, she does study at the University of London.
Phải, cô Anna học ở trường đại học Luân Đôn.

We can give a negative answer by using **không**:

Không, cô ấy *không* **học ở trường đại học Luân Đôn.**
No, Anna *doesn't* study at the University of London.

Note that Vietnamese does not use the short answer corresponding to "Yes, she does" or "No, she doesn't."

Questions with **phải … không** are more insistent than those with **có … không**. They are roughly equivalent to "Are you … or not?" or "You are, aren't you?" Now compare **phải không** and **có … không**:

Cô *có* **mệt** *không***?**

(The speaker wants to know simply whether you are tired or not.)

Cô mệt *phải không***?**

(The speaker would like to be sure because, for example, you look tired.)

Both of the question forms in Vietnamese can be translated by the simple question: "Are you tired?" For example, to ask "Is this your wife?" you can say either:

Đây là vợ ông phải không?
or **Đây có phải vợ ông không?**

However, you will have to judge the exact meaning of the question from the context.

3.3 Questions with thì sao, sao

Thì sao is a useful way of asking questions. You can use it to change the topic you are talking about or when you are not sure how to say something exactly.

Còn hành lý *thì sao***?**
What about the luggage?

Còn Anna *thì sao***? Cô ấy khỏe không?**
What about Anna?

3.4   Questions about location

Note that the word order in Vietnamese is different from the English:

Khách sạn *ở đâu?*   *Where is* the hotel?

Ở **đâu** can be shortened to **đâu** as in:

Cô Anna *đâu?*   *Where* is Miss Anna?

3.5   Questions about people

Đây là ai?   Who is this?
Anna là ai?   Who is Anna?

3.6   The question tag nhỉ

Nhỉ at the end of a sentence can be translated as the question tag "isn't it," "doesn't it," etc. It also has a variety of other meanings including "don't you think?," "I suppose," "I wonder."

Trông đẹp quá *nhỉ?*
It looks beautiful, *doesn't it?*

Đây là vợ ông phải không *nhỉ?*
This is your wife, *I suppose.*

3.7   "How much, how many, how long"

lâu   long   **bao lâu**   how long
nhiêu   much, many   **bao nhiêu**   how much, how many

Tiền phòng mỗi ngày *bao nhiêu?*
(*lit.* The money for the room per day, *how much?*)

Ông và cô định ở đây *bao lâu?*
(*lit.* You intend to stay *how long?*)

Notice that the question words come at the end of the question.

3.8 Questions with thế nào

Thế nào can mean "what" as in:

> **Ông nói *thế nào*?**
> *What* did you say?

> **Ông làm *thế nào*?**
> *What* did you do?

Notice the position of the question words, at the end of the question.

It can also mean "what about?" or "how about?":

> **Còn ông *thế nào*?**
> *How about* you? *What about* you?

3.9 Questions with gì ("what"), nào ("which")

Gì is used with the classifier **cái** to mean "what" or "which one":

> **Đây là *cái gì*?**   *What* is this?
> **Kia là *cái gì*?**   *What* is that?
> **Ông muốn *cái nào*?**   *Which one* do you want?

Notice that the question word comes at the end of the question.

In **gì nữa** ("what else") the classifier **cái** is dropped.

> **Ông có cần *gì nữa* không ạ?**
> *What else* do you need, Sir?

3.10 Asking about quantity

The usual word for "how much?" or "how many?" is **bao nhiêu**.

> **Ông có *bao nhiêu* tiền?**
> *How much* money do you have?

Vietnamese does not have a different word for "how many," but notice that you use the classifier with plural nouns:

> **Ông có *bao nhiêu* cái bàn?**
> *How many* tables do you have?

Mấy is used instead of **bao nhiêu** when you are asking about small numbers (1 to 10):

Ông có *mấy* đồng?
How many dong have you got?

Ông có *mấy* cái ghế?
How many chairs do you have?

In the above examples the speaker assumes that the answer will be fewer than 10.

Notice that **bao nhiêu** and **mấy** come before the noun you are asking about but at the end of the question.

3.11 Asking for confirmation

We saw that **phải … không** is roughly equivalent to question tags such as "isn't it?" The final particle **chứ** suggests even more strongly that you would like what you say to be confirmed.

Có lẽ chúng ta bắt đầu học rồi *chứ*?
Perhaps we may start the lesson, *shall we*?

Các bạn học xong rồi *chứ*?
My friends, you have finished studying, *haven't you*?

3.12 Asking about purpose

để làm gì   (*lit.* to do what, mean what for)

Anh sang Việt Nam *để làm gì*?
What have you come to Vietnam for?

Anh học tiếng Việt Nam *để làm gì*?
What have you learnt Vietnamese for?

3.13 Sao ("why, how, what")

Sao can be used as an interrogative pronoun as in:

Sao anh lại không thích làm cán bộ nhà nước?
Why would you not like to work as a civil servant?

Sao can be used in a different way as in:

Đó chẳng phải cơ hội tốt cho anh đó *sao*.
So it is a good opportunity for you, isn't it ?

In these sentences the speaker does not require an immediate answer. In some cases the speaker is expressing his or her own opinion (this is roughly equivalent to the English "isn't it" or "surely").

3.14 Như thế nào ("how, what, in what way," etc.)

Anh nghĩ *như thế nào* về việc đầu tư của nước ngoài?
What do you think about foreign investment?

Anh nói thế là *như thế nào*?
How (in what way) do you say that?
or **Anh nói thế là làm sao?**

Tôi không hiểu *như thế* là thế *nào*.
I don't understand what is going on.
or **Tôi không hiểu *như thế* là làm sao.**

4 Prepositions and adverbial phrases

4.1 Here/there: đây/kia or ở đây/ở kia, đó, ở đó

Va-li của tôi *đây*.	My suitcase is *here*.
Cô Anna *kia* (Kìa).	Anna is over *there*.
Đó là cô Anna.	*There* is Anna.

4.2 The preposition ở

We have seen that **ở** can mean "in" as in:

Anh sống *ở* đâu?	Where do you live (*lit*. live *in* where)
Tôi sống *ở* Luân Đôn.	I live *in* London.

Ở can also mean "from" as in:

Anh *ở* đâu đến?	Where do you come *from*?
Tôi *ở* Mỹ đến.	I come *from* America.

Notice that you would answer the above question by saying literally where you come from, not, as we might in English, by saying "I'm American."

4.3 Hơi ... một chút ("a little, hardly")

Chúng tôi đến có *hơi* sớm *một chút.*
We came *a little* early.

hơi mệt *một chút*   a little tired

4.4 Dữ ("too much, so much")

Dữ can be used as an adverbial particle to modify the verb or adverb by indicating that something is done to excess. For example:

Sao biết nhiều *dữ* vậy. You know *too* much!

4.5 The adverbial particle cũng

Cũng can be used to mean "also, too, either," depending on the meaning of the whole sentence and its grammatical function used in the sentence. For example:

Anh đi em *cũng* đi.
As (If) you go, I will go *too*.

Anh không đi, em *cũng* không đi.
As (If) you do not go, I will not go *either*.

But **cũng** also has some different meanings and can function as a qualifying adverb frequently used to soften, downgrade or render indefinite or noncommittal the verb or the adverb which it modifies, as in:

Cô ấy khá đẹp.
She is quite pretty.

Cô ấy *cũng* khá đẹp.
She is quite pretty.

In the second sentence with **cũng** the meaning is made even more noncommittal.

4.6 Cũng meaning "-ever"

Cũng has a very different meaning:

> **Cậu mua thứ gì *cũng* có.**
> What*ever* you want to buy, it is there.

Cũng in **thứ gì cũng** is a post-particle standing after the word which is modified by it. So we have:

ngày nào *cũng*	*every*day
bao giờ *cũng*	always, when*ever*
người nào *cũng*	*every*one
cái gì *cũng*	*every*thing

4.7 Some words expressing location (e.g. "inside, outside, in front of, behind")

trong	in, inside, during, at
***trong* nước**	*inside* the country
ngoài, bên ngoài	outside
***Ngoài* trời đang mưa.**	It's raining *outside*.
trước, đằng trước	in front of
trước mắt	in front of (opposite)
sau, đằng sau	behind

4.8 "From ... to": từ ... đên, vào

> *từ* Hà Nội *vào* Sài Gòn
> from Hanoi to Saigon

> *từ* đầu *đến* cuối
> *from* the beginning *to* the end

In the above examples, **từ** and **đến, vào** act as prepositions like "from ... to." Just as in English they can also be used to indicate a period of time as in:

> ***Từ*** năm 1979 ***đến*** nay tôi sống ở Mỹ.
> *Since* 1979 I have lived in America.

5   Verb forms and time expressions

5.1 Tense

There are no tenses in Vietnamese. Whether a sentence refers to the past, present or future depends on the context and on the presence of such time words as "yesterday," "tomorrow," etc. There are, however, two tense markers in Vietnamese. **Sẽ** indicates future time and **dã** past time.

5.2 Sẽ expressing the future

Chúng tôi *sẽ* chuyển hành lý về khách sạn.
We *will* take the luggage to the hotel.

Future sentences can be used, as in the example above, to make an offer or simply to predict what will happen:

Tôi *sẽ* rất bận.   I *will* be very busy.
Tôi *sẽ* là thày giáo.   I *will* be a teacher.

5.3 Another way of expressing the future

We can also use **rồi** ("then" or "after that") to indicate the future.

Tôi sẽ ở khách sạn một tuần, *rồi* về ở đại sứ quán.
I will stay in the hotel one week *then* I will go and live in the Embassy.

5.4 Đang indicating present tense

You have seen that we do not need to use any particular marker in Vietnamese to indicate present time. However, if we want to make explicit that an action is in progress we use **đang** immediately before the verb:

Tôi *đang* làm.
I *am* working.

Anh *đang* làm gì vậy?
What *are* you doing?

Anh *đang* đọc báo gì vậy?
What newspaper *are* you reading?

Tôi *đang* đọc báo 'Nhân dân'.
I *am* reading the "Nhan dan."

5.5 Time expressions

tháng này	this month
tháng trước	last month
tháng sau	next month
tuần này	this week
tuần trước	last week
tuần sau	next week
năm nay	this year
năm ngoái, năm qua	last year
năm sau, sang năm, năm tới	next year
năm trước	the previous year *or* the year before
mười năm trước *or* **cách đây mười năm**	ten years ago
mười năm sau	after ten years
mười năm nữa	in ten years' time (*lit.* ten years more)
cách đây hai ngày	two days ago
cách đây hai tháng	two months ago
cách đây hai tuần	two weeks ago

5.6 Expressing the past

To express past time, add the past tense marker **đã** to the main verb:

Tôi đi.	I go. (I am going)
Tôi *đã* đi.	I *went.* (I *have gone*)

Notice that Vietnamese uses the same past form to express a simple past action ("I went") as well as the idea expressed by the English present perfect ("I have gone"):

Tôi *đã* đến Việt Nam.
I *came* to Vietnam. (I *have been* in Vietnam)

Tôi *đã* xem báo.
I *read* the newspaper. (I *have read* the newspaper)

5.7 Completed and uncompleted actions

Chưa is used as a final particle in a question to mean "yet":

Anh đã có vợ *chưa*?
Have you got a wife *yet*?

In statements **chưa** means "not yet."

Tôi *chưa* có vợ.
I do *not* have a wife *yet*. (I am *not* married *yet*)

The final particle **rồi** used at the end of a sentence means "already" and expresses the idea of a completed action.

Anh tắm *chưa*?
Have you had a bath *yet*?

Tôi tắm *rồi*.
I've had a bath *already*.

Rồi can also be used as a conjunction to connect two clauses. Here it has the idea of "after that" or "then."

Tôi tắm *rồi* ngủ một tiếng.
I had a bath *then* slept for one hour.

5.8 Verb compounds

We have practiced making noun compounds. We can also combine verbs:

đi	to go
ngủ	to sleep
đi ngủ	to go to bed

5.9 The auxiliary chắc

Chắc is roughly equivalent to "probably" but can often be translated by "must be" or "I expect." It frequently occurs in sentences expecting an affirmative answer (or confirmation). There is no overt question marker apart from the intonation.

> **Ở đây** *chắc* **dễ chịu lắm nhỉ.**
> *It must be* very pleasant in here.

> *Chắc* **là cô mệt lắm nhỉ.**
> You are *probably* very tired.

> *Chắc* **là hôm nay cô ấy bận.**
> She is *probably* busy today.

> **Anh có** *chắc* **chắn là cô ấy sẽ đến không?**
> *Are you sure* she is coming?

Chắc là means "probably." **Chắc chắn** means "to be sure."

5.10 Trước khi ("before")

> *Trước khi* **(đây) tôi sống ở Việt Nam tôi đã sống ở Paris.**
> *Before* I lived in Vietnam I lived in Paris.

We can also use **trước** on its own with the same meaning.

> *Trước* **năm 1975 tôi sống ở Sài Gòn.**
> *Before* 1975 I lived in Saigon.

5.11 Khi ("when")

> *Khi* **tôi 12 tuổi, tôi bắt đầu học âm nhạc.**
> *When* I was 12 I started to learn music.

5.12 Adverbs of frequency

luôn luôn   always

> **Tôi luôn luôn uống cà phê vào buổi sáng.**
> I often drink coffee in the morning.

Nhà tôi thường là uống nước chè đặc và cà phê đen.
My wife usually drinks strong tea and black coffee.

5.13 Chưa ("not yet")

Chưa can be used to refer to past, present or future time where in English we would use the appropriate perfective form of the verb:

Bây giờ tôi *chưa* đi làm.
I *have* not yet gone to work.

Hôm qua tôi *chưa* đi làm.
Yesterday I *had* not yet gone to work.

Ngày mai tôi *chưa* đi làm.
Tomorrow I *will* not yet *have* gone to work.

5.14 The present perfect

Từng is also equivalent to the present perfect tense in English. For example:

Tôi đã *từng* ở Mỹ nhiều năm.
I *have been* in the USA for many years.

Ông ấy đã *từng* làm Đại sứ ở Sài Gòn.
He *has worked* as an ambassador in Saigon.

5.15 Càng ... càng ... ("more ... more ...")

The auxiliary verb **càng ... càng ...** means "more ... more ..." For example:

Càng nhiều *càng* tốt.
The *more* the better.

Càng sớm *càng* tốt.
The *sooner* the better.

Càng uống *càng* say.
The *more* you drink the *more* you get drunk.

5.16 Some more markers of time

cách đây   ago (*lit.* from now)

Cách đây hơn hai mươi năm tôi đã đến Việt Nam.
More than twenty years *ago* I came to Vietnam.

Other time expressions:

trước đây	before, previously
sau đây	after that, afterward
hiện nay, bây giờ	now, at present
ngay bây giờ	right now, at this moment
lát nữa, chốc nữa	later, after a while
sau này	later, in the future
tương lai	future
quá khứ, dĩ vãng	the past
hiện tại	now

5.17 Phải, nên ("should")

Chúng ta *nên* làm gì?
What *should* we do?

Không *nên* uống nhiều.
You *should* not drink too much.

5.18 "For" and "since"

Tôi đã ở Mỹ *được* năm năm.
I have lived in America *for* five years.

Tôi đã ở Mỹ từ năm 1954.
I have lived in America since 1954.

5.19 Other expressions of time

Lúc thì … lúc thì … ("sometimes … sometimes …")

Cô ấy *lúc thì* buồn, *lúc thì* vui.
She is *sometimes* sad, *sometimes* happy.

Lúc thì anh có vẻ như bi quan, *lúc thì* lại lạc quan.
Sometimes you are pessimistic, *sometimes* optimistic.

Lúc, khi ("when, at that moment, at that time")

Lúc tôi đến trường là lúc trời đang mưa to.
At the time *when* I was going to school, it was raining heavily.

Khi tôi đi làm thì trời nắng, *khi* về thì trời mưa.
When I went to work it was sunny, *when* I came home from work
it was raining.

Lúc này ("at this moment, at this time")

Lúc này tôi đang bận.
I am busy *at this moment*.

Lúc trước, trước đây ("before, previously")

Trước đây tôi không biết anh là ai. Bây giờ tôi biết anh là nhà
triệu phú tốt bụng.
Before I did not know who you were. Now I know you are a nice
millionaire.

5.20 Simultaneous actions and states

vừa ... vừa ("both ... and")

When two actions occur at the same time or two states exist
simultaneously, each of the verbs denoting them is preceded by **vừa**.
For example:

Đi xem phố bằng xe đạp *vừa* **tiện** *vừa* **rẻ.**
Sightseeing by bicycle is *both* convenient *and* cheap.

5.21 Expressing the recent past

Vừa mới is used as an adverb to indicate a recent event, like "just" in
English. For example:

Cô ấy *vừa mới* **đi.**
She's *just* gone.

Tôi *vừa mới* **đi làm về.**
I've *just* come back from work.

6 Coordinators and connection

6.1 The coordinator thì

You will find the word **thì** used with a number of different meanings which you will have to learn as you encounter them. In the following example it is used to mean "then."

> **Chúng tôi làm việc từ thứ hai đến thứ sáu. Thứ bẩy và chủ nhật *thì* nghỉ.**
> We work from Monday to Friday, *then* we have Saturday and Sunday off.

Thì can also mean "in this case" or might just be rendered in English by "this":

> **Cám ơn ông. Thế *thì* tốt quá.**
> Thank you. *This* is very good.
> (*lit.* In this case it is very good)

6.2 Mặc dù ("although")

> **Mặc dù tôi sinh ra ở nước Mỹ, nhưng tôi vẫn là người Việt Nam.**
> *Although* I was born in the USA I am still Vietnamese.

6.3 Để ("in order to")

> **Tôi đến Việt Nam *để* làm ăn buôn bán.**
> I have come to Vietnam *to* do business.

6.4 Mà meaning "but"

Mà acts as conjunction of contradiction with the meaning of "but" in English ("surprisingly, contrary to expectation") as in:

> **Anh chỉ biết nói *mà* không biết làm.**
> You know how to say it, *but* do not know how to do it.

6.5   Mà meaning "in order to, so" or "because"

Mà can also connect two verbs or verb phrases indicating result or purpose. For example:

Anh đến thư viện *mà* mượn sách.
You go to the library *to* borrow books.

We can also use **để** to replace **mà**.

6.6   Mà used to emphasize what you have said

Mà can also be used as a final particle to emphasize what the speaker has said. There is no easy translation for this meaning but you will probably learn to deduce it from the context. Here are some examples:

Tôi chỉ muốn đến thăm anh thôi *mà*.
I *only* want to come to see you. (nothing else)

Tôi không biết cô ấy *mà*.
I do not know her. (It's true, *as I told you* before)

Mình muốn biết về phong tục tập quán của Việt Nam *mà*.
I want to know about Vietnamese customs and habits.
(I really want to know *so please tell me*)

6.7   Không phải chỉ ... mà còn ... ("not only ... but also ...")

Mà can also be used as a conjunction as part of the construction **không ... mà**:

***Không phải* chỉ có tiền, có vốn, *mà còn* phải có tài kinh doanh nữa.**
You need *not only* money *but also* ability to be in business.

6.8   The conjunction hơn nữa ("furthermore, besides")

Tôi không có tài đi buôn, *hơn nữa* cũng làm gì có tiền.
I have no ability to be in business, *besides* I have no money.

Made in the USA
Las Vegas, NV
31 December 2020